மௌனம்

 நெ. சுபராகவி

புக் பெஞ்சர்ஸ்

மௌனம்
ஆசிரியர் © நெ. சுபராகவி
முதற்பதிப்பு 2021
பக்கங்கள் 158

Published by Book Benchers 2021
Copy right © 2021
All Rights Reserved.

ISBN 978-93-5533-230-1

ThebookBenchers@gmail.com
Contact 9944992571

Affliateded By
Aelay Publish
www.aelaypublish.com

மௌனம்

மௌனம் பலரின் வலிகளுக்கு மருந்தாக உள்ளது. மௌனம் அனைத்து மொழிகளை விட சிறந்தது. பேசும் வார்த்தைகளை விட பேசா மௌனத்திற்கு அதிக அர்த்தம் உண்டு. விடை தெரியா கேள்விகளுக்கு மௌனம் ஒன்றே சிறந்த பதில். அனுபவங்கள் அதிகரிக்க அதிகரிக்க மௌனம் தானாக வந்து விடுகிறது. வாழ்க்கையின் முன்னேற்றத்திற்கு மௌனம் காப்பதே சிறந்து. மௌனத்தின் சிறப்பை உணர்ந்து நீங்கள் உங்கள் வாழ்க்கையில் முன்னேற வேண்டும் என்ற நல் எண்ணத்துடன் இக்கவிதைகளை சமர்பிக்கின்றோ

தொகுப்பாளர்

இவர் பெயர் நெ. சுபராகவி. இவர் இளநிலை இயற்பியல் பட்டதாரி. இவர் திருவண்ணாமலை மாவட்டத்தை சார்ந்த இளம் பெண் எழுத்தாளர். கவிதை எழுதுவதில் ஆர்வம் கொண்டவர். பல கவிதை நூல்களில் துணை ஆசிரியராக இணைந்து கவிதை எழுதி உள்ளார். கவிதை மட்டும் இன்றி ஓவியம், கட்டுரை, சிறுகதை, போன்றவற்றிலும் ஆர்வம் கொண்டவர்.

மௌனத்தின் வரையறை *

பூகம்பத்தின் முன் நிற்கும்
நிசப்தம்
சூறாவளியின் முன் வீசும்
தென்றல்
சுனாமியின் முன் தாக்கும்
அலைகள்
பிரசவத்தின் பின் சுகமாகும்
வேதனை
தேசியகீதம் பின் சமமாகும்
பாரதம்
மழையின் பின் வானத்தில்
வண்ணமை
வெடிக்கும் முன் எரிமலையின்
குமுறல்
ஆபத்தின் முன் ஆழ்கடலின்
இருண்மை
கவியின் முன் பொய்மையின்
உண்மை
துன்பத்தில் உறவுகளின்
தோழமை
கலையினுள் அடையாளத்தின்
உயிர்ப்பிம்பம்
இயற்கையுள் உயிர்களின்
வாழ்வு

நீதியுள் நிற்கின்ற நிசங்களின்
நிழல்ஒளி
வாழ்வின் வீழ்ச்சியில்
நம்பிக்கை கொள்
கோபத்தில் மனதில்
அமைதி கொள்
மௌனத்தின் வரையறைக்கு
எல்லை இல்லை
மௌனசக்தி அழிக்கும் உளி!
ஆக்கும் சிற்பம்!

ம. சுதா *

வலியை தரும் உன் மௌனம்*

என் ஆன்மாவை
ஆணிவேரோடு பிடுங்கி
அழகு பார்த்திடும்

உன் ஆணவத்தில்
என் அனைத்து ஆரம்பங்களும்
அடங்கித்தான் போயின!

தனிமையெனும் தீவில்
துன்புறுத்தியும்
தொல்லைபடுத்தியும்

தற்காலிகமான தற்கொலைக்குத்
தூண்டும் உன்
நினைவுகள்!

நாட்கள் நிறைந்த நொடிகளும்
வருடம் நிறைந்த
நிமிடங்களுமாய்
நகராது நோகடிக்கிறது
நாசூக்காய்!

உன்னை நினைத்தே
நுரைத்துக் கிடக்கிறது
என் நுரையீரல்!

நினைவுகளை தானமாகத்
தந்துவிட்டு

நிதானமாய்க் கொன்று
கொண்டிருக்கிறாய்!

என் கட்டுக்கடங்காத
பிரியங்களைக் கலைத்தும்
தொலைத்தும் விளையாடும்
உனக்கு

கண்கள் மட்டுமா
கருணையும்
இல்லை..!

மண்புழுவாய்த் துடிக்கும்
என் மனதினுள்
மயானம் அமைத்து
மறவாமல் அடிக்கிறாய்
உன் மௌனச்
சவுக்கால்..!

பட்டும் படாமலுமான
உன் பார்வை நகத்தினால்
படுகாயப்படுத்துகிறாய்

பாழாய்ப்போன என்
இதயத்தை..!

நிம்மதி இல்லாமல் திரியும்
என் நிம்மதிகளுக்கும்
நார் நாராய்க் கிழிந்து

என் காதலுக்கும்
நீண்ட துணை

உன்னாலான என்
ரணங்கள் தான்..!

பத்திரமாய் பத்திரப்படுத்துகிறேன்
நீ தந்த வலிகளை

ஆறாத வேதனைகளும்
உன் முகச்சாயலில்
இருப்பதால்..!

மெளனம் என்பது
மனதின் இயல்பு

எனினும் மரணவலி
தருமென்பதை இப்போது
உணர்கிறேன்..!

இரா. சதிஷ் குமார் *

அநீதி *

மௌனத்தின் மையத்தில்
வாழ்கிறான் மனிதன்

நிசப்தத்தில் நிம்மதிகாண
முயல்கிறான் மனிதன்

என் மௌனங்கள்
இங்கே சத்தமாய்

கத்துது இந்த
எழுத்துகளின் வழியே

யுத்தங்கள் நிறைய
அரங்கேறும் இந்த

பூமியில் இரத்தமும்
இல்லாமல் போகுமோ

வன்முறையோடு வாழ்க்கை
நடத்தும் மனிதனுக்கு

மௌனத்தின் அர்த்தங்கள்
ஏனோ புரிவதில்லை

அநியாயங்களை
கண்டபின்னும்
அவன் சகித்தே

மௌனம் சாதிக்கிறான்
ஏனோ தெரியவில்லை

வன்முறைக்கு எதிரான
மௌனமே கொடியது !

மணிராஜ் .பா*

மௌனத்தின் ஆக்கம் *

மௌனம் ஏனோ சில
நேரங்களில்
நம்மை வலிமை
அடைய செய்கிறது

ஆனால் அதே சமயம் சில
மனிதர்களின் மௌனம்

தான் நமக்கு தீரா வலியை
கொடுத்து செல்கிறது

நம் மௌனம் கொண்டால்
நம்மை தேடும்
உறவுகளும் உண்டு

அதே வேளையில் நம்மை
விட்டு விலகும்
உறவுகளும் உண்டு

ஆயிரம் வார்த்தைகள்
கொண்டு பேசப்படும்
விவாதத்தில் தீரா

பிரச்சினை கூட தீரும்
ஒரு நிமிட மௌனத்தில்

மௌனமே ஒரு மனிதனின்
வாழ்வில் சுயமரியாதைக்கு

வழி வகுக்கிறது

தனிமை கொண்ட மௌனமே
ஒரு மனிதனை சிற்பமாக
வடிவமைக்கிறது

வார்த்தைகள் அற்ற
மௌனம் ஆகிய
மொழிக்கு இவ்வளவு
தனித்துவமா.

ரேவதி பால்மாணிக்கம*

நானேற்ற இரு துருவம்*

இரவின் பிடியில் நிலவின் மடியில்
துயில் கொண்ட மௌனம்,

இமைகள் வேண்டியும்
கிடைக்கப்பெறவில்லையே!

கனவுகள் எல்லாம் கலந்து அதில்
நான் தவழும் போது இருந்த மௌனம்,

அவற்றை நிஜமாக்கும் நிலையை
தரவில்லையே!

நட்பெனும் நகரத்தில் நல்லோனாக
நடைபோட்ட மௌனம்
புரிதல் இன்றி
புறக்கணிக்கப்பட்டதே!

காதலில் திளைத்து மனதில்
மகிழ்ந்த மௌனம் ,கல்யாண
கனவை கருவருத்து முடித்ததே!

கவலைகளால் கண்ணீரில் கரைந்து
நின்றுவிட்ட மௌனம் கனத்த

இதயத்தில் இருந்து
இறங்கவில்லையே!

மாற்றான் சொல் கேட்டு அடங்கி
பெரும் மௌனம் , உற்றான் சொல்
எதிர்த்து ஏமாற்றம் தந்ததே!

நடப்பது யாவும் நன்மை என
கருதும் போது வரும் மௌனம்,

நடக்கும் தீதும் எல்லாம்
உனக்கே என்றதே!

உழைப்பால் உதிரம் சொட்டி
உடல் உறக்கம் கொண்ட
மௌனம்

ஊதியம் பெற்றும்
உதவியாகவில்லையே!

ஏற்பட்ட அவமானத்தில் தலைகுனிவு
நிலைப்பாட்டை நிறுவிய மௌனம்

நாற்பட்ட நாளாகியும் நினைவில்
இருந்து நீங்கவில்லையே!

அலைந்து திரிந்து அயர்ந்த
பாதங்கள் கொண்ட மௌனம்,
உடல் கொள்ள முடியவில்லையே!

ஆசைகள் எல்லாம் அடக்கி
அடங்கும் போது அழகு மௌனம்,

நிராசை கண்டு
நிலைகொள்ளவில்லையே!

ஒரு நிலை மௌனமாகி மறுநிலை
மாறாக மரணமாகி மரிப்பதில்

கூட மௌனம் உண்டு!
ஆனால் நிலையாக இல்லையே!

மௌனம் திடமாக இருந்தாலும்
இடம் பார்த்து இடறிவிடும்!

கோபி இராமச்சந்திரன்*

தவிக்கவைத்த தமிழே*

அடிமூச்சு வரை அரவணைத்த
அன்னமே!

உன்னை அள்ளிக்கொள்ள
அனுமதி கேட்டு

ஆரத்தழுவ அரவங்கேட்டு
இதயம் வர இணங்கல் கேட்டு

ஈருயிராக இசைவு கேட்டு
உவகையடைய உன் உள்ளம் கேட்டு

ஊர்முன் உயிராய் வாழ
உரிமைக் கேட்டு எந்நாளும்
உனக்காய் ஏக்கத்தோடு

ஏழேழு பிறவிக்கும் அழகே
உன் விழிப்பார்த்து

ஒற்றைப் பிழைக்காய்
விட்டுச் சென்ற உன்னை

ஓயாத காதலோடு
ஒன்றியிருக்கும் எனக்கு

ஒளடதமாய் உன்
நினைவுகள் ஆச்சு

எஃகுவாளென உன் கூரிய
அமைதி வீச்சால்

இலகுவான என் மனம்
புண்ணாய்ப் போச்சு

த.சிந்துகவி*

பேசா வார்த்தைகள்*

விழிகளால் பேசினேன்
இமைகள் மூடி விழித்துக்குறினேன்
பேசா வார்த்தை என் காதல்

கடற்கரையில் கால்
பதித்தது இல்லை
கைகோத்து நடந்ததும் இல்லை
மௌனமொழி காதல்

வார்த்தையால் வண்ணம் தீட்ட வில்லை
மௌனத்தால் மகுடம் சுட்டினேன்

அழகே அமுதே என கொஞ்ச வில்லை
என் அன்பின் பரிசு மௌனம்

வார்த்தையை கொட்டிவிட
ஆசைதான்

தீர்வின் பயம் பேசாவார்த்தை
என் மொழி

ஒருதலை காதலின்
மௌன மொழி

இரா. கலைவாணி*

என்னவளின் மெளனம்*

வலி என்றால் மெளனம்
பிரிவு என்றாலும் மெளனம்

மகிழ்ச்சி என்றாலும் மெளனம்
துன்பம் என்றாலும் மெளனம்

என் வாழ்வே மெளனமடி
நீ வந்த பிறகு

வார்த்தையால் விளையாடிய என்
உதடுகள் எல்லாம் இன்று

மெளனம் காக்கிறது
ஏன் என்று கேட்கையில் அது

செவியோரம் சொன்ன வார்த்தை
என்னவள் விருப்பம் மெளனமே

அதனால் தான் நானும்
அவளிர்க்காக மெளனம்

காக்கிறேன் என்று
ஆனாலும் மனம்
ஒப்புக்கொள்ளவில்லை

மனதோடு அவளிடம் தினம்
தினம் உரையாடுகிறேன்.

அருணா தனசேகர்*

மௌனம் பேசியதே*

சாலை ஓரம் மௌனமாய் நடக்க
சாரல் மெதுவாய் துவங்க

சத்தமில்லாமல் நின்று பார்க்கிறேன்
மையிட்ட உன் இருவிழியின்
பார்வையில்!

வார்த்தைகள் இல்லா வாக்கியங்களும்
இருவிழி பார்வையில் இதமாய்
இணைந்திடுமே!

கணக்கில்லா காதல் வார்த்தைகளும்
மௌனத்தில் மலராய் பூத்திடுமே!

எல்லை கடந்த பேச்சும்
என்னவளின் கண்களால்
மௌனத்தில் மடிந்து போனதே!

உன்னவனின் உதடுகளும்
உனக்காய் துடிக்குதே!

உனக்காய் உதித்த வார்த்தைகள்
எல்லாம் என் கண்கள் பேசியதே!

எனக்குள் எழுந்த கோபம்
யாவும் உன் பார்வையில்
தோற்றதே!

சத்தங்கள் சரவெடியாக நம்முள்
சண்டையில் சந்தித்தாலும்

சகியே

சற்று நொடி சத்தமில்லாமல்
பார்த்துவிடு சர்ச்சைகள்
எல்லாம் சாயலாய் போய்விடும்!

வரிகள் கொடுக்க வாக்கியங்களை
தேடுகையில் தெரிந்தது

உன் அருகில் மௌனம்
எவ்வளவு அழகானதென்று.

மு. மாரிச்செல்வி*

உணர்வு மொழி*

வாய் மூடி
மனம் பேசும்
மலர் மொழி- ஆம்
பேசாமலே வண்டுக்களை
இழுக்கும் போதை
மொழிதானே

சிலநேரங்களில்
சம்மதத்தையும்
சிலநேரத்தில்
சங்கடத்தையும் சொல்லும்
சமிக்ஞை மொழி...!

மௌனத்தை விட கொடுமையான
மொழி உண்டோ உலகில்?
பிடித்தவர் பேசாமல்
இருக்கும்போது..!

மனிதனை அடங்கும்
மன மொழி
மௌனமாயிருந்தால் சில
நேரத்தில் நல்லவர் என்பார்கள்.

சில நேரத்தில்
ஊமை ஊரைக்கெடுக்கும்
என்பார்கள்

என்ன செய்ய
சிலநேரத்தில்
மவுனமே மவுனம் காக்க
வேண்டியுள்ளது..!

நட்சத்திர கவி. ராகுல் கோல்டன்

தூக்கி எறிந்தவள் *

பேசிய வார்த்தைகளை நினைத்தே
பேசாத உந்தன் மௌனம்
அணுஅணுவாய் கொள்கின்றதே.

பேசிவிட துடிக்கின்ற உந்தன்
உதடுகளை தடுக்கின்றது
உந்தன் மனமோ?

நித்தமும் நித்திரை இழந்தே
தவிக்கின்றேனே

நீங்காமல் எந்தன் மனதில்
நீயோ இடம்பிடித்ததால்

வார்த்தைகளை எல்லாம்
அடகு வைக்கின்றாய்.

வார்த்தைகளில் சிலவற்றை
மட்டும் வட்டிக்கு தருகின்றாய்.

உந்தன் அன்பிற்கு அடிமையாய்
கிடக்கின்றேனே

கொஞ்சம் என்னை என்னிடமே
மீட்டு கொடுத்துவிடு

எந்தன் கவலைகளை எல்லாம்
உந்தன் மௌன மொழி
கொண்டு கடத்திவிடு.!

காற்றில் பேசிய வார்த்தைகளை
எல்லாம் எந்தன் காதிலே
சற்று கூறிவிடு

காற்றில் மட்டும் சாரல் மழையாய்
உந்தன் மொழி எங்கும்
பொழிகின்றது.

எங்கிலும் உந்தன் பிம்பம்
என்னை திசையறியா
செய்கின்றது.

முட்டி மோதியே உடைந்து
போகின்றேனே

மூச்சிலும் கலந்த உன்னை
எண்ணியே கிடக்கின்றேனே

எந்தன் மூச்சையும் முழுவதுமாய்
நிறுத்திவிடாதே...

உன் மௌனத்தினால்.

கு.ரமேஷ்குமார்*

பூக்கள் பூக்கும் தருணம்*

மௌனங்கள் பிறக்கும் வேளை
வார்த்தையில் அர்த்தங்கள் இல்லை

மொழி எதுவும் வேண்டாம் என்றே
மௌனத்தில் பேசிக்கொள்வோம்

இயற்கையோடு கைகள் கோர்த்து
செனகள் கிளியின் வீட்டில் தங்கி

அமைதியாய் இரசித்து கொண்டே
பூவாய் நாமும் மீண்டும் பிறப்போம்

மலர்கின்ற பூக்கள் எல்லாம்
மொழிகள் அறிந்ததில்லை

வாசங்கள் கொண்டு செல்லும்
காற்றில் வார்த்தை இல்லை

பார்க்கின்ற கண்ணில் என்றும்
மொழிகள் பேசியதில்லை

ஆனாலும் கவிதை உதிர்கிறதே
மௌனத்தில் ஓர் அழகிய
காதலை

வீசும் தென்றல் காற்று என்றும்
சத்தம் இட்டதில்லை

உனை பார்த்த நொடியில் இன்று
என் உயிரில் வார்த்தை இல்லை

கண்கள் போதும் காதல் செய்ய
என்றே வாழ்வோம் வா..!

Balaji M*

மௌனம் மறுத்த காதல்*

மௌனம் சம்மதத்திற்கு
அறிகுறியாம் ஆம்,

ஏழு வருட காதலை ஏக்கத்தோடு
தொலைத்தது

தலையாட்டிய மௌனம்
சம்மதமே

பெற்றவரின் புன்னகைக்காக
அட்சதை தூவ மஞ்சள்நாண்

சூடிக்கொண்டேன்
வந்தவனோ மனதொன்றை
மறந்து... உடலை சூறையாடிக்
கொள்ள

ஏழு வருட காதல் ஏளனமாய்
நகைத்தது

மனது முழுதும் ஆக்கிரமித்தும்
முத்தம் தர அனுமதிக்கா!!
காதலை எண்ணி

பெற்றவருக்காக மட்டுமே
திருமதியான... அவர்களுக்கு
சமர்ப்பணம்.

சரண்யா தேவி குமரவேல் *

அமைதி ராகம்*

யாரும் என்னுடன்
கதைக்க போதிலும்
என்னுடன்
கை கோர்த்த
துணை நீ!

கீறல் விழுந்த
என் இதயத்தில்
கீதமாய் நீ
உருமாறிய மாயம்
என்னவோ!

என் காயங்கள்
யாவும் ராட்சசனாய்
என்னை கொல்ல
எனை காத்த
இரட்சகன் நீ!

உந்தன்
நிசப்தத்தில்தான்
அரும்பான என்
அழகிய நினைவுகள்
மலராய் மலர்கின்றது!

நினைவுகளின்
புகலிடம் நீ
புண்பட்ட என் மனதின்
புது தேடல் நீ!

விழும் ஒவ்வொரு
கண்ணீர் துளியின்
ஓயாத
அமைதி இராகம்
என் மௌனம்!

யாமினி *

பாஷையற்றவை*

ஒன்றும் இல்லையென
உளறியது வாய்
ஓயாத எண்ணத்தினை
ஓடவிட்டு ஒய்யாரமாய்

முட்டிகாலிட்டு முன்னந்தனை
குனிந்த விழியோரம்
முடியாது வெளியேறுகிறது
மையுடன் மௌனம்

தானியங்கி எந்திரமாய்
தடையின்றி தாவல்
திருப்பத்தின் வளைவு
திருப்திகரமாய் இல்லை

சண்டைபட காட்சிகளின்
பிண்ணனி மௌனம்
இதழிணைத்த பூக்களின்
புதுயுகம் மௌனம்

மீட்கபடாது எழும்புகிறது
அடைக்கிறது குமுறல்
மர்மத்தின் தலைப்பெழுத்தாய்
குறிப்பிட்ட எச்சங்கள்

சிதைக்கப்பட்ட கனவுகளின்
காலுடைந்த முயற்சிகள்
சீர்செய்து கொண்டே
வளர்கிறது மௌனத்தீனூடே
தலையாட்டு பொம்மையாய்

செவுடுகளில் சங்கீதம்

வண்ணத்துப்பூச்சி காண்
குருடன் விவரித்த காதை
காதல்மொழி பேசிய
மரங்கள் வேறுபாடுற்ற

மண்ணினம் இணையாகின
பாஷையற்ற போதனையும்

ஆயிரமாயிர சாதனையும்
அதிலோர் போதனையும்
அமைதிப்பட்டே அனுசரிக்கிறது
சகல நாட்களையும்

யுத்த யுக்தியுடனே
சாதுர்ய சங்கமும்
பூகிக்காது உடன்படுகிறது
மௌனத்தின் பிடியில்

மௌனத்தின் மொழிகளிங்கே
வர்ணிக்கபடின் வல்லோனும்

வரிசையிலே காத்திருப்பேன்
தோல்விபட்டி நாடி
அழகியலின் ஆன்மாக்கள்
கூடுமிடம் மௌனம்
அதிசயத்தின் அடைக்கலமும்
மௌனம்.

கவிஞர்.மே.மு. மணிமாறன் *

மௌனம் பேசும் மொழி *

அக்கம் பக்கம் யாருமில்லா
நேரத்தில் ஆழ் மனதோடு
நாம் உறவாட
ஆயுதமாய் எடுக்கும்
மொழி மௌனம்!

தனிமையின் தாகம் தீர்க்க
தன்மன கவலைகளுக்கு
விடைகொடுக்க விதையாக
முளைக்கிறது மௌனம்!

தவங்கள் பல புரிந்து - நான்
பெற்ற வரம் நீ!
வடிவங்கள் உருவங்கள் இன்றி - என்
மனதை ஆட்கொண்டாய் நீ!

அதீத இன்பத்திலும்
துன்பத்திலும்
என் அனுமதியின்றி
என்னை வந்தடைக்கிறாய்!

புன்னகையை துணையாக
கொண்டு பல
சோகங்களை புதைத்து
வைக்கிறாய்!

வார்த்தை கதவுக்கு
தாழ்பாலிட்டு
வீண் ஊடல்களுக்கு

முற்றுப்புள்ளியிட்டு

அழகிய நினைவுகளுக்கு
வழிவிட்டு உணர்வுகளால்
உருகொண்ட மொழி!

தனிமையில் காதுகளை
தீட்டி வைக்கிறேன்
காற்றோடு காற்றாய்
நீ வந்து பேசிட

தனிமையின் நிசப்தத்தில்
கேட்டிடும்
மௌன மொழியின்
சப்தங்களும்!

நந்தினி*

மௌனத்தின் மொழிகள்*

காட்டருவி ஆறாய்ப் பாய்ந்தோடி
பாறையில் நீர்த்துளிகள் சிதறி

வானவில் வர்ணங்களைத் தந்து
தனிமையில் இனிமை
புகுத்துவது மௌனம்!

பட்டினியால் வாடி, அரைசாண்
வயிற்றுக்காக அடுத்தவரை நாடி

யாசகம் வேண்டுவோர் கண்கள்
பேசும் மொழி மௌனம்!

இழிச்சொல் செவியறிந்தும்
பழிச்சொல் கூறாது வாழ்க்கைக்கு
வழி சொல்வது மௌனம்!

சாதனைப் பூக்கள் விதை
தரும்வரை சாய்வதில்லை;

குறிக்கோளுடைய மனதில்
வேதனை பலவிருப்பினும்,

வாழ்க்கையின்
விடை தெரியும்வரை ஓய்வதில்லை;

வலிகளை வலிமையாக்கி,
புதிய ஊக்கத்தை உருவாக்கி,

இலக்கை நோக்கி பாய்ந்து
ஓடச் செய்வது மௌனம்!

மௌனத்தின் மொழிகள்
அற்புதமாவை!
மௌனத்தின் மொழிகள்
சுகமானவை!

சி.மௌனிகா *

என்னை தேற்றும் மௌனம்*

ஓய்வில்லாமல் அலைந்து
கொண்டு இருக்கின்றது
என் மனம்,

என்னை நானே புரிந்து
கொள்ள இயலவில்லை,

இனம் புரியாத
கலக்கங்கள்,
விடை தெரியாத
கேள்விகள் ,

மீண்டெழ முடியாத
கவலைகள்,
தடைகள் நிறைந்த
பாதைகள்,

சவால்கள் நிறைந்த
சோதனைகள்,
நிலையில்லாத
சில உறவுகள்,

பணத்திற்காக ஓடும்
வாழ்வுகள்,

அமைதியற்ற நிமிடங்கள்,
பொய்யாக சிரிக்கும் சில
புன்னகைகள்,

பேச்சில் அன்பில்லாத சில

மனிதர்கள்,
தேவைக்காக மட்டும் தேடும்
சில நட்புகள்,

கடமைக்காக பேசும்
சில நண்பர்கள்,

நான் நேசித்தும் என்னை
நேசிக்காத உயிர்கள்,

என் வார்த்தைகளை
அலட்சியப்படுத்தும்
சில நபர்கள்,

மனதிற்குள் எண்ணற்ற
குழப்பங்கள்,
புரியாத புதிராக
இருக்கின்றன.

இவை அனைத்திலிருந்தும்
நான் மீண்டெழ ,

எனக்கு கிடைத்த பொக்கிஷம்
மௌனம்

எந்த நொடியும் என்னை
தவிக்கவிடாமல்,
என்னை தேற்றும்
விலைமதிப்பற்ற
பொக்கிஷம் மௌனம்.

ரம்யா*

சொல்லாமல் போன காதல்*

சொல்ல அத்தனை இருந்தும்,
தயக்கம் தடுக்குதடி,

நித்தமும் தோன்றும்
உன் நினைவில்,
சத்தமாய் என் இதயத்துடிப்பு
கேட்குதடி,

சிந்திய உன் சிரிப்பில்,
சிந்தனை யாவும் சிக்குதடி,

கத்தி ஒலிக்கும் காதல் யாவும்,
கட்டி அணைத்து
முணங்கிட வந்தேனடி,

உன்னிடம் கூற நினைக்கும்
போதெல்லாம்,
வார்த்தைகள் யாவும்
மறையுதடி,

நகரும் நொடி யாவும்,
நரகமாய் தோன்றுதடி,

சொல்ல தைரியம் இல்லாமல்,
சொப்பனம் யாவும்
உள்ளே தூங்குதடி,

உன் அருகினில் நான் இருக்க,

மௌனம்

உலகமே காணாமல் போகுதடி,

காதல் சாரல் அது
வருவதற்கு முன்,
நீ என்னுள் இடியாய்
இடிப்பது ஏனடி,

உன் மீதுள்ள காதல் எல்லாம்,
நான் ரசிக்கும்
மௌனமாய் வாழுதடி.

சதாக்ஷி.சி*

மொழி *

கடல் அலைப்போல்
உன் பேச்சு,

தென்றலாய் என்னை தீண்டும்,
தேனாய் உன் வார்த்தை,

என் மனதை வருடும்,
கார்மேகமாய் உன் மௌனம்
என் நெஞ்சை நனைக்கும்.

உன் உதடு திறக்காமல்,
ஒரு மொழி அறியாமல்,

வார்த்தைகள் இன்றி,
நாம் கதைக்க
வேண்டும் மௌனமாக

காற்றில் கறையும்
வார்த்தை அல்ல

உயிர் மூச்சாக கலந்த,
நம் அன்பு, மொழிகள்
அழிந்த பின்பும்,

நம் காதல் வாழும்!
நாம் மறைந்த பின்பும்.

மௌனத்தின் வலி *

என் மௌனத்தில் கல்
வீசி சென்றவள்,
நான் பேச வார்த்தைகள்
தந்தவள்,

என் வாழ்வின் அர்த்தம்
தந்தவள்,
என் கவிதையில் எழுத்தாய்
மலர்ந்தவள்,

இன்று என் கண்களில்
கண்ணீர் தந்து,
கல்லறையில் படுத்து
கொண்டாள் மௌனமாக,

இருண்ட வானம் போல்,
காயம் கொண்ட என்
மனம் என்ன செய்யும்?

தினம் தினம் இரவில்
மௌனமாக அழுது,
பகலில் சிரித்து,
பொய்யாக சிரித்து,
நடிப்பதை தவிர,
என் செய்வேன் நான்?

என்றும் நீங்காத உன்
நினைவுடன் நான்.

லோ.சந்தியா*

மௌனதின் மீதான காதல்*

காதலா மௌனத்தின் மீதா?
ஆம் காதல் தான் மௌனம்
என்ற அமைதியான
அவன் மீது

விழிகள் பேசும் தருணத்தில்
முதல் முறை அவனை
உணர்ந்தேன்

உணர்வு பூர்வமான
தருணம் அது!

அன்று அவன் மீது ஏற்பட்ட
தாக்கம் என் மனதில்

அவன் மீது ஒரு ஈர்ப்பை
ஏற்படுத்த வார்த்தைகளால்
விளக்க முடியா அன்பை
நினைக்கும் தருணத்தில்,

மறுமுறை சந்தித்தேன்
மௌனத்தை!

இரண்டாம் சந்திப்பு வியப்பை
ஏற்படுத்த வார்த்தைகள்
இல்லா கவிதையா!
இவன் என யோசிக்க,

மூன்றாம் சந்திப்பு நான்
உடைத்து அழுத நேரம்!

ஒதுக்கப்பட்ட தருணம்
சந்தித்தேன் மௌனத்தை!
என்னை அணைத்து
கொண்டான்,

நான் உள்ளேன் உனக்கு,
எதையும் யோசிக்காமலே
என் அமைதியில் உன்
விழிகளை மூடி என்னை
உணர்ந்து பார் என்றான்!

விழிகளை மூடி மௌனத்தை
உணர்ந்த தருணம்,
நான் யார்?
என்பதை தெரிந்து
கொண்டேன்
தொலைந்த என்னை
எனக்கு காட்டினான்,

உருவமில்லா மௌனம்என்ற
அவன்... அன்றே அவன் மீதான
என் காதல் பயணம்
தொடங்கிவிட்டது.

Ferry *

வையகம் அறிந்த மொழி*

இங்கொரு தீச்சுடர் அமைதியாய்
மௌன மொழியில் மாலை
தொடுக்கிறது - மௌனத்தின்
ஓசை வலியது - அதை
உணர்ந்தவர் ஓசையெல்லாம் புதியது!

கனவுகளுக்கெல்லாம் வண்ணங்கள் பூசி
காதல் நினைவுகளுக்கெல்லாம்
கருப்பு வெள்ளை பூச்சுகள் பூசி,
தனக்கான உலகத்தில் தன்னை மறந்து
அரங்கேறும் மௌன நாடகம்!

பூக்களில் வசித்திட
புதுமைகள் புகுத்திட
உனக்குள் கேட்கும் மொழியது!
உலகை ஈர்க்கும் மொழியது!

நிசப்தத்தின் நெற்றியில் உதித்த
நிஜங்கள் நிதம் நித்திரையிலும்
யுத்தம் செய்யும் மனங்கள்!

காணாத காட்சிகளுக்கெல்லாம்
சிறகுகள் முளைத்து காட்சிப்பிழையின்றி
காலக்கோட்டில் கடந்து மிதந்து வாழ
வைக்கும் மௌனம் - வையகம்
முழுதும் அறிந்த ஒரே மொழி!!!

மோ.திவ்யாராஜ்குமார் *

கனவு*

மௌனமாய் பேசுகிறேன்
என் கனவுகளோடு
அருவிகளின் ஆரவாரமாய்
இருக்கிறாய் நீ
மேகங்களின்
புன்னகையாய்
இருக்கிறாய் நீ
விண்வெளியின் எரிகல்லாய்
சிதைக்கிறாய் என்னை
உன்னகாக காத்துக்கொண்டு
இருக்கிறேன் நான்.
உன்னை வந்தடையும்
பாதையில் வானவிலாய்
வண்ணங்களை நிரப்ப
உன்னை காண
வானங்களின் அதிக
நாட்கள் கழிந்தன.
ஆரவாரத்துடனும் ஆவலுடனும்
காத்துக்கொண்டு இருக்கிறேன்.
என்றாவது ஒரு நாள் உன்னை
காண்பேன் என்ற
நம்பிக்கையில்.. நான்!

மு. உமல் ஹபிபா *

ஏன் மௌனம் என்னுள்*

அம்மையப்பன் என்மீது
வீண்காரணமாய் ஏசும்போதும்
ஏன் மௌனம் என்னுள்
மரியாதையாலா
மறுத்தலிப்பினாலா

வகுப்பறையில் கேள்வி
கேட்கும்போதும்
பதிலறிந்தும் விடைமொழியா
வேடிக்கையாய் ஏன்
மௌனம் என்னுள்

ஆடவர் துடுக்காய்
துர்வசனங்களை
தூவும்போதும்
ஏன் மௌனம் என்னுள்

வயதின் காரணமாய்
உறவினர்கள்
விரும்பாவினாக்களை
வீசும்போதும்
ஏன் மௌனம் என்னுள்

அடிமையாய் நடத்தும்
ஆண்கையால் அடிவாங்கும்
போதும் ஏன்
மௌனம் என்னுள்

ஏன் நான் கோழையா..கோழியா..
என்ற வினா எழும்போது

என் உடல், மனம் ஒன்றிணைய
பதில் தந்தது நான்
பெண் என்று..

மௌனம் சாதகமாய்
இருக்கும்வரை
ஆடட்டும் அனைவரும்
அது ரௌதிரமாய்
மாறும்வரும் வரை.

இ. பு. சாருலதா*

மௌனத்தின் மௌனம்*

இதயத்தின் மொழியோ
இருளின் இசையோ!

பேசா வார்த்தைகளின்
பொருளோ!

விளக்கம் சொல்லும்
விடையோ!
மௌனம் தேவ
கீதமோ!

மௌனம் சொற்கள்
வற்றிய நிலையா
மொழிகள் பெற்ற
அழகிய வரமா?

மௌனம்
ஒலியின் இறப்பா
ஓய்வெடுக்கும் இசையின்
உயிரா?

மலரின் மௌனமே தேனோ
மனம் மயக்கும் கவி தானோ!

உலகின் இயக்கம்
மௌன தாளத்தில்
சுழலுமோ!

மௌனம்

அர்த்தமுள்ள மௌனம்
மனங்களின் அவசர
சிகிச்சைப் பிரிவு!

மௌனத்தின் மௌனம்
புரிந்திட கிட்டிடும் உயர்வு!

S. Mohan Raj *

மௌன ராகம் *

கதைப்போம் என்று
அவள் கூற
காலநேரமில்லாமல் ஓடிச்
சென்றேன் கடும்பனியில்..!

காலைநேர ஸ்பரிச
அணைப்பை விட
அவள் மௌன மொழியே
என்னை இறுக அணைத்தது..!

வேடிக்கை தான் செய்கிறாள்
என்றிருந்தேன் பேச அழைத்து
விட்டு மௌனமாய்
புன்னகைக்கையில்..!

வேசக்காரி! பேசாமலேயே
சாதிக்கிறாள்
இருப்பினும் இதயம்
ஏனோ பரிபோகிறது..!

அவள் உதட்டின் மேல
கொண்ட கண்ணை
அசைக்கவே மறுத்தேன்,
வார்த்தை பேசுவாளென..!

நேரம் நெருங்கி விடவே
சூரியன் நச்சரித்தான்!
பேசித்தான் விடுங்களேன்
என்று!

சுற்றியிருந்த சூழல் மீதோ
பொறாமை எனக்கு
காற்றோடு கதைபேசிய
இலைகள் கண்டு..!

நொந்தபடி அவள் கண்களை
நோக்கினேன்
ஆயிரம் வார்த்தைகளை
கொட்டிவிட திணறினேன்..!

மௌனமாயிருந்தபடியே
பேசி விட்டாள்
காலத்திற்கும் நான்
அவளை காதலிக்க..!

இதுதான் மௌனக்
கொலையோ
கொன்றே விட்டாள்
என்னை..!

நர்மதா.சு*

அகில மொழி*

மனிதர்களுக்கு
மற்றோர் மொழி
மௌனமோ!

யாவரும் கற்றிராத
புதுமொழியே!

சொல்லாத அன்பை
சொல்லிவிடுமே!

அனுமனின்
அனுமான்ய ஆற்றல்
இவ்மௌனமே!

கண்ணிரண்டும் நோக்கில்,
விழிகள் விளித்துப் போவது
இவ்மௌனமே!

சண்டைகள் சமாதானமாக
சரிகட்டலாம் மௌனம்
வழியே!

வாக்கு வாதங்கள்
முடிவில் வரம் நீயே!
அறிஞர்கள் அறிவரே
உந்தன் பெருமையே!

ஒவ்வொரு நாளும்
ஏதோ ஒரு பொழுதில்

மண்டியிடும் மௌனமே....

கோபத்தில்
முடிவெல்லை நீயோ!

வார்த்தைகளின்றி
வாழ்க்கை நகர்வது
உன்னாலே!

பெரியோர்களின்
பேராயிதமோ!

அன்பின் அடைமொழி நீயே!
விலையயில்லை உந்தன்
பெருமைக்கே!

விலைக்கொடுத்தாலும்
வாங்கமுடியாத அழகே!

ஒற்றை புன்னகையில்
உந்தன் ஆரம்பமோ!

உன்னைக் கண்டாலே
இல்லை துன்பமே
எந்நாளுமே!
ஏனோ ஏற்கவில்லை
சிறு மனமே!

கி. மஞ்சு *

மனதின் குரல்*

முள்ளின் மௌனத்தால் சிலரின்
கூந்தலும் அழகானது !

பூவின் மௌனத்தால் சில
தேனீக்கள் நடமாடுது !

கல்லின் மௌனத்தால் சில
சிலைகள் உருவானது !

கண்ணின் மௌனத்தால் சில
காட்சிகள் நடமாடுது !

மழையின் மௌனத்தால் சில
அருவிகள் உருவானது !

தென்றலின் மௌனத்தால் சில
ஓசைகள் உருவானது !

தீயின் மௌனத்தால் சில
தீபமும் ஒளி வீசுது !

உளவனின் மௌனத்தால் இந்த
உலகமும் இயங்குது !

மனதின் குரலாய் மௌனமும்
உருவானது !

நான் விரும்பும் மௌனத்தால்

ஒரு கவிதையும் தோன்றியது !

அது இங்கே அரங்கேறியது !

ச.ஜீவதர்ஷினி*

வாழ்கையின் வழிகாட்டி*

வாழ்கையின் விடையே
பயணத்தின் முகவரியை
உறக்கதிலும் உரையாடுகிறேன்
உன்னால் ஈர்க்கப்படுகிறேன் !

காலை உதயமாம் ஆதவனின்
கதிர் சீற வாழ்க்கை
கடலில் நவரசங்கள்
அலையாக கர்ஜிக்க
காற்றின் கர்வத்தில் உன்னை
மொழிபெயர்ப்பேன்!

என்னை சேர்ந்த காதல்
அனைத்தையும்
கனியாக்க என்னை
செதுக்கிய சிற்பியே!

கனவுகளின் கட்டிடத்தை
உச்சத்தில் எட்ட மொழிகூறின்
கேலிகளுக்கு பழியாக
விரும்பாமல்

ஆழத்தில் மூழ்கிச் செல்ல,
சரிவதற்க்கு முன்
சருகாக வந்து சரித்திரம்
படைத்தாயே.

ரித்திகா*

வாழ்வில் மௌனம்*

இயற்கையே!
இயற்கையே இயங்குது
மௌனத்தில்!

காற்றே நீ வீசி செல்கிறாய்
மௌனமாய் அந்த மௌனம்
வாழ வைக்கும்!

அலையே நீ என் காலை
மௌனமாய் தீண்டி
செல்கிறாய்.. அந்த மௌனம்
உற்சாகம் ஊட்டும்!

சூரியனே நீ என்னை
மௌனமாய் சுடும் போது
அந்த மௌனம்
உணர்வு ஊட்டும்!

மௌனம் எதற்கும் தீர்வு
உன் மௌனம் உனக்கு
வலுவூட்டும்...பெண்ணே!

மழலை பருவத்தில் உன்
மௌனச்சிரிப்பு ரசிக்க
வைக்கும்!

உன் இளமை காலத்தில்
உன் மௌனம் கலந்த வெக்கம்
உன்னை அழகாக்கும்!

உன் துணை இல்லா காலத்தில்
உன் மௌனம் உன்னை
வலிமையாக்கும்!

உன் முடி நரை காலத்தில்
உன் மௌனம் உன்னை
உறவோடு ஒன்றிக்க
வைக்கும்!

Bibisha.R.L *

மனச்சுருக்கம் *

ரகசியமாக
வைத்திருந்த
ராசியான
புடவை...
மனசுக்கு பிடித்த
மாம்பழ கலர்
கட்டிய புடவையில்
கதவின் ஓரமா
கனவு பார்வையில்...
வந்தார்கள்
கூட்டமாக..!
சுற்றி இருந்தவர்களின்
நகைச்சுவையும்
நக்கலான
பேச்சுக்களும்
நாடகமாக
அரங்கேறியது...
மாப்பிள்ளையின்
பெருமைகளை
சீர்வரிசை போல
வரிசை படுத்தினார்
தரகர்..
சூடாய்ப்போன
மனசில்
சுடச்சுட காப்பி
பரிமாற்றங்கள்...
தினமும் அடித்து
விளையாடிய

தங்கையிடம்
இன்றும் மட்டும்
அன்பு அக்கரை
விசாரிப்புகள்..
வந்தாரா?
எப்படி இருக்கின்றார்?
கருப்பா?
சிகப்பா?
பக்கங்கள் விசாரிப்புகள்...
எதோ மனசில்
வைத்து கொண்டு
தங்கையின்
உதட்டிலிருந்து வந்த
ஒட்டாத வார்த்தைகள்...
மனசை பார்க்காமல்
மாற்று குறையாத
வியாபார பேச்சுகள்..
பண்டமாற்று முறையில்
பாதியில் முறிந்தது...
அடுத்த மாப்பிள்ளை
தேடும் படலம்
புகைப்படத்துடன்
தரகர்...
அவிழ்த்து போடப்பட்ட
புடவைக்குள்
இருக்கமான மனதில்..
மறுபடியும்
இன்னொரு வேசத்திற்கு
தயாராக வேண்டும்..
சுருக்கம் நீக்க
புடவையை சலவை செய்ய

வயசுக்கு வந்த தங்கை
மீண்டும் சலவைகடையில்..
மௌனமாய்...
மனசுருக்கம்
முகத்திலா..?
இதயத்திலா...?

அ.டோமினிக் சேகர்.*

மௌனம் களை *

நீ! மௌனித்த
பொழுதுகளில்
சில சஞ்சலங்கள்
என் மனக்கண்ணாடிகளில்
தோன்றி மறைய,
காரணம் அறியாதவளாய்
தேடுகின்றேன்,
உன் காரணங்களை!

என்னின் பிழைகளைத் தேட
கால்சுவடுகளை
கடந்த காலங்களுக்கு
கடத்துகின்றேன்,
அகப்படவில்லை
உன் காரணங்கள்!

உன்
வாய்மொழிகளையே
வரப்பிரசாதங்களாக
வேண்டிடும்
எனக்கு,
மௌனங்களை
சாபங்களாக தந்து
வஞ்சிக்காதே!

பிழைகளை பகிர்ந்து,
மௌனங்களை களைய
ஏங்கிடும்,
உன்னவள் நான்!

                                    மௌனம்

மௌனித்த பொழுதுகள் *

கானகத்தின் நீட்சியினில்
கரைந்துபோன
நானும் எனது வாகனமும்!

மேகக்கூட்டங்களோடு
மிதக்கும் பயணங்களில்
மெல்லிய தென்றலின் வருகை!

பூங்காற்றின் புத்துணர்ச்ச!
பெயர் தெரியா பட்சிகளின்
வான் ஊர்வலங்கள்!

கற்பனைக்கும் எட்டாத
கவிக்குயில்களின்
கானக்கவிதைகள்!

பாதைகளின் இருமருங்கிலும்
மலர்ச்சோலைகள்!

சில உயிர்விட்ட மரங்களின்
கூடுகள்!

இன்னும் நீளும்
இப்பட்டியலில்
பயணிக்கின்றேன்,
என் தொல்லைகளை
தள்ளிவிட்டு!

எந்திரமான என் வாகனமும்

சற்றே மயக்கம் கொண்டு
வேகத்திற்கு தடை சொல்ல
எஞ்சிய நானும்!

கானகத்தின் வனப்புகளை
வருணிக்க வார்த்தைகளை
தேடுகின்றேன்
என் மன அகராதியில்!

கோ. லாவண்யா*

மௌனத்தின் மேன்மை*

வாழ்வில் குறைவாக செலவளிக்கும்
தருணம் மௌனத்திற்கே

ஆனால் வாழ்வில் அதிகம்
ஒவ்வொரு மனிதனுக்கும்
தேவைப்படுவது மௌனமே

மற்றவரை நேசிக்க அதிக
நேரத்தை உபயோகம்
செய்கிறான் மனிதன்

மனிதனை மட்டும் நேசிப்பதற்கு
அல்ல அனைத்தையும்
நேசிப்பதற்கு

நாம் எங்கு குறைவாக நேரத்தை
பயன்படுத்துகிறோமோ?
அங்குதான் அழகிய ஆழமான
பலன் அடங்கியிருக்கும்

ஆம் நிதர்சனம்!
இதுவே நிதர்சனம்!
உன்னை நீ நேசிக்கத்
நேரத்தை ஒதுக்கினால்
சிறப்பான வாழ்க்கையை
வழிநடத்த பேருதவியாக
இருக்கும் உந்தன் மௌனம்

வாழ்க்கையை வளப்படுத்த
மட்டுமல்ல

ஒவ்வொரு இடத்திலிருந்தும்
தாண்டிச் செல்ல பேருதவியாக
இருக்கும் உந்தன் மௌனம்

நீ மௌனமாக பயணிக்கும்
நேரத்தில் உன்னை நீ
உணரலாம் எவ்வாறு
இருக்கிறாய் என்று

மௌனமே அனைத்திற்கும் தீர்வு
அதனை உணர்த்துவது
காலம் தான்

துன்பம் தொடர்கிறது
என்று வருந்தாதே

மௌனமாய் நினைத்துப்பார்
துன்பமும் உன்னை
நேசிக்க தொடங்கும்

வாழ்வில் எல்லையில்லா
ஆனந்தத்தை காணலாம் நீ
மனதோடு பயணிக்கும்போது

மௌனத்தை
காதலித்து வாழ்

வாழ்க்கை உன்னை கூட்டிச்
செல்லும் எல்லையில்லா
ஆனந்தத்திற்கு.

மகாலட்சுமி ராக்கியப்பன்*

மௌனம் அழகானது *

மௌனத்தின் ஆழத்தை
அளந்து விட முடியாது.

அதனுள்
ஆயிரமாயிரம்
இன்பங்களும் துன்பங்களும்
துரோகங்களும்
புதைந்திருக்கும்!

புதைந்து போனவை எல்லாம்
மௌனத்தின் பின்னே
மறைந்து போகின்றது!

துரோகத்தால் துவண்டு போன
இதயத்திற்கு
மௌனமே மருந்தாய்
போகின்றது!

மௌனமான இதழ்கள்
எப்போதும்
பிறர் மனதைக்
காயப்படுத்துவதில்லை !

வார்த்தைகளால்
பிறரை
துன்புறுத்துவதில்லை!

இன்பமாய் இருந்தாலும்
துன்பமாய் இருந்தாலும்

மௌனத்தின் சிறு
புன்னகையில்
அடங்கி போகட்டும்!

வாழ்வின்
கடினமான நாட்களை
மௌனத்தில் கடந்து
போகட்டும்!

வாழ்வின் எல்லை வரை
மௌனம் நீண்டு
போகட்டும்!

மௌனத்தின் விளிம்பில்
வாழ்க்கை அழகாய்
வாழ்ந்து போகட்டும் .!

வெ.சந்துரு*

இதயத்தின் மொழி*

அன்று உன் நேசத்தால்
அள்ளி தந்தேன் பாசத்தை!

அன்பின் உணர்ச்சிப்
பெருக்கில் உன் தவறுகளை
மன்னித்தேன்!

தியாகங்கள் பல செய்து
வேதனைகளை அனுபவித்தேன்!

அனைத்தையும் சகித்தேன்
உன் அன்பு முகத்திற்காக!

எல்லையை நீ கடந்தாய்
இழந்தேன் சகிப்புத்தன்மையை!

உன்னிடம் கூறினேன் அனைத்தையும்
ஏற்றுக்கொள்ள மறுத்தாய் நீ.

உன் உதாசினத்தை ஏற்று இன்று
ஈடாக கொடுக்கிறேன்
என் மௌனத்தை!

அன்று அழுதும் செவி
சாய்க்காத உன்னை

இன்று என் மௌனத்தின்
மொழி அறிய வைத்தேன்.

S. R. Benila *

பேசாமொழி உந்தன் மொழி*

கண்ணில்வருகின்ற கனவை
உணர்ந்து பேசிடும் உன்னதமே

எண்ணங்களில் உலா வர
ஏற்றங்கள்கொண்டு வாழ்ந்திட
உதவிடும் உன்னத மொழியே
எந்தன் மௌனமோ

உந்தன் பார்வை ஒன்றே போதுமே
பல்லாயிரம் சொல் வேண்டுமா என்ற
கருத்து உனக்குப் பொருந்தியதே

வாய்பேசும் மொழி
வகைமை மொழி
கண்பேசும் மொழி
காதல் மொழி
மனம்பேசும் மொழி
மௌனமொழியோ

ஐயத்தைத்தீர்க்க அருமருந்தாய் வரும்.
மொழியோ அகிலத்தை ஆண்ட
எங்கள் அருமைத்தமிழ்மொழியோ

எண்ணற்ற வளங்கள்கொண்டது
ஏற்றத்தைக் காண வந்தது
மாற்றத்தின் மகிமை உணர்ந்தது

எங்கள் மாபெரும் தமிழ்மொழி
மகத்தானசேவை செய்திட்ட

<hr>

 மௌனம்

மாண்புமொழி

மௌனத்தின் மறுபெயராய் வந்த
மகத்தான மொழி
மக்களை மகிழ்வித்திடும்
மலர்ந்த மொழி
மயக்கியமொழி
மௌனமொழியே!

இங்கெங்கு.என்றில்லாமல்
எங்கெங்கும் வலம் வந்திடுமே

மோனத்தின்   பரி பாசையே
பரிமாற்றங்களில் திளைத்திடுமே.

முனைவர் கவி சு.நாகவள்ளி*

மனம் தேடும் மௌனம்*

எண்ணிலடங்கா எண்ணங்களை
எடுத்துச்சொல்ல முடியாத
ஒரு தவிப்பு மௌனம்.

சோகங்கள் மழையாக பொழிந்து
கொண்டிருக்க மற்றவர்கள் மேல்
அது விழாமல் காக்க
கையாளப்படுவது மௌனம்.

கடல் அலை இங்கும் அங்கும்
ஆர்ப்பரிக்க, அகமற்ற மானிடர்களை
எண்ணும்போது பயப்படுவது
மௌனம்.

கூச்சல்கள் நிறைந்த கூட்டத்தில்
மனஅழுத்தம் கொடுத்த அன்பளிப்பு
மௌனம்.

அதீத அன்பை புரிந்து கொள்ளாத
ஆர்ப்பர்களிடம் அடக்கப்படுவது
மௌனம்.

சாதிக்க துடித்து தோற்றவனிடம்
உலகம் தூற்றும்போது அவன்
கையாள்வது மௌனம்.

சமூகத்தில் நடக்கும் சீர்க்கெடுகளை
கவனிக்க ரௌத்திரத்தின் முதல்
படிநிலை மௌனம்.

 மௌனம்

மௌனம் சம்மதம் அல்ல
மௌனம் சமத்துவமானதாகும்.

பாயிந்தோடும் அகத்திற்கு மதில்
எழுப்புவதே மௌனம்.

அதை விடுக்க ஒரு போதும்
துணிந்தது இல்லை ஏனெனில்
என் துணிவே மௌனம் தான்

மௌனம் கலைக்கப்பட
வேண்டியது அல்ல
கவிதையாக்க பட வேண்டியது
கலையாக்க படவேண்டியது.

யாழினி*

மௌனத்தின் பாதைகள் *

சில நேரங்களில், பலரின்
பதில் நீயாகவே!
என் மனம் உடைகிறது...

வெட்கத்திலோ!
என் அழகை
வெளிப்படுத்துவாய்...

சம்மதத்திலோ!
எனக்கு சிரிப்பை
வரவழிப்பாய்...

துக்கத்திலோ!
நான் உன்னை அணிந்து
இருக்க, மன நிம்மதியை
கொடுப்பாய்...

மகிழ்ச்சியிலோ!
என்னை வாய் அடைத்து
நிற்க வைப்பாய்.

அழுகையிலோ!
என் பேச்சைத் தடுப்பாய்.

குழப்பத்திலோ!
என்னுள் நிறைந்து
இருப்பாய்.

தனிமையில் கூட

என்னோடு கிடப்பாய்.

துக்கத்திலும் நீயே!
தூக்கத்திலும் நீயே!

காயத்ரி சிங்காரவேல்*

மௌனத்தின் மறைப்பொருள்கள்*

மௌனத்தின்
மறைப்பொருளைத் தேடி
நானும் அலைந்தேன்
என் கவியினிலே,
சற்றே மௌனமானேன்
கவி தீட்டும் வரை..!

பூக்களின் மௌனம்
வண்டுக்கானதல்ல,

பூமியின் மௌனம்
மனிதனுக்கானதல்ல,

பூவையின் மௌனம்
காதலுக்கானதல்ல,

புன்னகையின் மௌனம்
பெருமைக்கானதுமல்ல,
ஆகவே நான்
மௌனமாகிறேன்..!

வேறுவழியின்றி
எழுதுகோலுக்கு
மை நிரப்பி,
கவிதை நிறைக்க
தயாரானேன்!

அறையின் மௌனங்கள்
ஓங்கி அறைகின்றன

என் வெற்றுத் தாள்களில்

எப்பொழுது உடையும்
இந்த மௌனமென
மௌனத்திரையுள் கட்டுண்டு
கிடக்கும் நான்..!

மௌனம் சில நேரங்களில்
ஓங்கி அறையும் போதுதான்
சட்டென பறக்கிறது
தீப்பொறி கவிதையொன்று
என் ஆழ்மனதிலிருந்து..!

அப்படி உதித்த மௌனத்தின்
மறைப்பொருள் கவியை
வாசித்தும் முடித்தேன்
மாபெரும் சபைதனிலே..!

கவிஞர் பாரதி பாஸ்கி*

அகமொழி*

சிதறிக்கிடக்கும் மொழிகளுக்கு
நடுவே...
இரு இதயங்கள் பேசும்
ஏகாந்த மொழி!

உதடுகள் பேச வாரா
நேரத்தில் உளக்கருத்தை
வெளிப்படுத்தும்
இனிய வழி!

இரு இதயங்கள் பேசும்
புதிய மொழி!

உதடுகள் பேசுவதை ஊரே
அறியலாம் ஆனால்
உள்ளம் பேசுவதை உரியவர்
மட்டுமே உணரமுடியும்.

காரணம்
மௌனத்தின்
ஆழம் கண்டவனே(ளே)
மனமொழி அறிய முடியும்.

காவல் எல்லை மீறுகையில்
காதலர்களின் கடவுள் கண்
பேசும் காதல் மொழி!

காணமுடியாத நேரத்தில்
பேச இனிய வழி!

மௌனம்

இதயங்கள் பேசும்
மௌன மொழி!

அகம் பேசும் அழகிய
மொழி மௌனம்.

அன்னம்*

காதலே மௌனம்*

என்னோடு நீ காத்த மௌனம்
மரணப் படுக்கையிலும்
மறக்காது கண்மணியே!

வார்த்தைள் அதைத் தேடி
மௌனக் கடலில் மூழ்கி
முத்தெடுத்தவன் நான்!

பிஞ்சில் வளர்த்த காதல்
ஒப்புவிக்க தைரியமில்லை!

அதில் நட்பென்ற சிறு வேலி
அவள் கைபிடித்து தோள்
கொடுத்த தோழன் நான்
தாழி கட்ட ஆசைப்பட்டேன்!

சமயம் பார்த்து காதலை
கூற அவள் காத்தது மௌனம்

கை பிடித்து நடக்கையில்
அவள் உணர்ச்சிகள்
கொண்டது மௌனம்!

ஒருவரை ஒருவர் நோக்க
மனதோடு மனம் பேச
அவள் கண்களில் காதல்

இறுக அவள் கட்டியணைக்க
இதயம் படபடவெனதுடிக்க

மௌனத்தால் தந்தாள்
சம்மதம்!

காதலிலே பச்சைக்கொடி
இடையிடையே ஊடல்

இடைவெளிகள் குறைய
பிரிவு அதிகரிக்க ஆயிரத்தில்
ஓர் வார்தை அதன் பின்
மௌனத்தில் பேசின இரு
இதயங்கள் இடைவிடாது!!

திருமணத்தில் மௌன வெட்கம்
முதலிரவில் மௌன முத்தம்

தாயாகியும் தந்தாள் மௌனம்
மழலையோடும் மௌன பேச்சு

மௌனத்தின் வார்த்தை தேடி
அலைய வைத்தாள்
அன்பால்!

இது வரை அவள் தந்தது
காதலின் மௌனம்

குடும்பத்தின் நலம் காக்க
சண்டையில் மௌனம்

மாமியார் மதிப்பு வாதிப்பில்
மௌனித்தால்
மௌனத்தின் மதிப்பறிந்தவள்
என் அன்பானவள்!

அன்று மௌனத்தால் காதல்
கவி படித்த அவள்
இன்று கிடக்கிறாள்
மௌனமாய்

மரணப் படுக்கையில்
மௌனித்து நிற்கிறேன் நான்

காரணம் காதல் மனைவி
கதி கலங்க வைத்து விட்டாள்
மரண மௌனத்தால்!

மௌனத்தின் இரசிகன் நான்!
மௌனத்திலும் வார்த்தை
உண்டு

உண்மையான உறவுக்கு
உயிர் கொடுக்கும்

உணர்ந்தால் அதற்கும் அதிக
விலையுண்டு!

கு.நிசாந்தினி.*

நம்முள் நிலவிய மௌனங்கள்*

பார்வையில் பரிணமிக்கும்
உணர்வுகளால் மலர்ந்த
உறவுகளின் கதைக்களம்
விரியும் இசையின்றி
ஓசை ஏதுமின்றி
மௌனத்தை மட்டுமே
மொழியாய்க் கொண்டு!

அழகானதே...
காதல் பழகி
களித்துக் கிடந்த
காலங்களிலும்
நம்முள் நிலவிய
மௌனங்கள்!

அழகானதே.
நீள் பாதையில்
நின் விரல்பிடித்து - நாம்
நடந்தபோதெல்லாம்
நம்முள் நிலவிய
மௌனங்கள்!

அழகானதே...
இவ்வுலகம் மறந்து
இதழ் இணைத்து - நாம்
இசைப் பாடியபோதெல்லாம்
நம்முள் நிலவிய
மௌனங்கள்!

ஆனால் ஆழமானது
வெறும் கருவாயின்றி
பெறும் உருவெடுத்த - நம்
காதல் எனும் குழந்தையை
நீ கொன்றபோது
நம்முள் நிலவிய
மெளனம்!

நகர்கிறது
நீ இல்லா
என் காலங்கள்
யாவும் மெளனமாய்!

இரவின்
மெளனம் மொழியும்
நம் கதைகள்
யாவும் நினைவுகளாய்!

கா. அ. பாத்திமா ஜாப்ரின்*

நிரந்தர மகிழ்ச்சி*

குழம்பிய குளமானாலும்
குழம்பிய மனமானாலும்
அமைதி காத்தால்
தெளிவு காணலாம்.

இரைச்சலுக்கு இடையிலும்
மௌனத்தை தருகிறது
புத்தக வாசிப்பு.

காலத்தையே காட்டும் கடிகாரம்
மெதுவாகத்தான் செல்கிறது
நிதானம் நிலைக்கும்.

அமைதி அமைதி அமைதி என்று
ஆசிரியர் அலறுகிறார்
குழந்தைகள் எல்லாம்
காதுகளைப் பொத்திக்கொண்டன.

அதிகாரம் இருக்கும் போது
அமைதியும் இருந்துவிட்டால்
இனி அடைவதற்கு
ஒன்றுமில்லை.

அமைதியிடமே
நிரந்தர மகிழ்ச்சி
இருக்கிறது.

கேள்விகள் புரியாதவரை
நிம்மதி இருக்காதது போல

வாழ்க்கை புரியாதவரை
நிம்மதி இருக்காது

எல்லாம் புரிந்துவிட்டால்
அதுவே அமைதியின்
இருப்பிடம்.

மௌனமென்பது புரிந்துக்கொள்வது
சூழ்நிலையை சுட்டிக்காட்டுவது
வாழ்க்கையை வசந்தமாக்குவது.

பா.அரவிந்தராஜ்*

இதயத்தின் மௌனங்கள்*

மௌனமே சிறந்த ஆயுதம் !
பேசாமல் இருப்பதல்ல
பேசாமலே புரிந்துகொள்வதே
மௌனம் !

இரு இதயங்களின்
இணையத்தொடர்பு
மௌனமே !

ஈடில்லாத மௌனத்திற்கு
ஈடில்லை எதுவுமே
இவ்வுலகில் !

அன்பை எதிர்பார்த்தே
சில மௌனங்கள் !

எதிர்பார்த்த அன்பு
கிடைக்காததால்
சில மௌனங்கள் !

சிரிப்பதற்கே சில
மௌனங்கள் !
அழுவதற்கெனவே சில
மௌனங்கள் !

சிந்திக்கவே சில
மௌனங்கள் !
சிந்திப்பதை நிறுத்தவே
சில மௌனங்கள் !

எதிர்பாராத அன்பினால்
சில மௌனங்கள் !
எதிர்பாராத ஏமாற்றத்தால்
சில மௌனங்கள் !

நினைவுகளை அசைபோடவே
சில மௌனங்கள் !
நினைவுகளை அழிக்கவே
சில மௌனங்கள் !

ஏழ்கடல் தாண்டும்
நினைவுகளும்
தொலைகிறது ஆழ்கடலான
மௌனத்தினுள் !

நட்பிலே மௌனம்
நம்பிக்கையாக மிளிர்கிறது !
அன்பிலே மௌனம்
அனாதையாகி விடுகிறது !

உறவிலே மௌனம்
உணர்வுகளை ஊமையாக்கி
விடுகிறது !

ஒருவரையும் காயப்படுத்தாமல்
சாதிப்பதே மௌனம் !

ஒருவனை காயப்படுத்தி நீ
வென்றால் - அங்கே
மௌனம் மௌனமாக
வென்றதென்றே அர்த்தம் !

சிறு இதயம் பல
மௌனங்களை
தாங்குகிறது!

பல மௌனங்களே சிறந்த
இதயத்தை உருவாக்குகிறது !

இதயம் துடிப்பது
இதயத்தின் பின்னால்
வலிகள் வேலிகளாகி
மௌனம் காப்பதனால் !

இதயமே இன்னும் எத்தனை
மௌனங்களை ஏற்பாயோ
மௌனமாகவே !

உறவே என் உணர்வே *

இரு மனங்கள் பேசிக்கொள்ளும்
இனிய மொழி நீ !

தவறான கேள்விகளுக்கு
தரமான பதிலாகிறாய் !

மீனாகிறேன் நீ
வீசும் அன்புத் தூண்டிலில் !

சிந்திக்க நினைக்கும் நிமிடங்களில்
சீறிப்பாயும் அலைகளின் நடுவில்
சிதைந்து விடுகிறேன் உன்னால் !

உறவுகளுக்குள் ஒற்றுமை
உருவாக்கிய உன்னதமே !

தடம் பதிக்கவே
தடமாய் பதிந்தாய் என்னுள் !

மனதிற்குள் வந்த மணமே
மீண்டும் மீண்டும் எழுகிறேன்
விழுந்தாலும் உன்னால் மட்டுமே !

தீராத தருணங்களும்
தீர்ந்துவிடுமே உனது
ஒரு தீண்டலில் !

தொலைகிறேன் உன்னுள்

மௌனம்

தொடாமல் நீ என்னை
தொட்டுவிட்டுச் செல்லுகையில் !

கைபிடித்து நடக்கிறேன் தனிமையில்
கடிகாரமாய் உன்னோடு மட்டுமே!

நிஜமென நான்
நிழலென நீ
நீங்காத நினைவுகளை நீளச்
செய்கிறாய் என்னுள் !

பேசாமல் புரியவைக்கிறாய்
பேரழகு நீயென்பதை !

யாருக்கும் கிடைக்காத
புதையல்களில் எல்லோருக்கும்
கிடைத்த பொக்கிஷம் நீ !

தனக்குள்ளே நீ புதைந்திருப்பது
தெரியாமல் தரணியெங்கும்
உன்னைத் தேடியே
தொலைகின்றனர் பலரும் !

உறவே ! என் உணர்வே !
விரல்பிடித்து விளையாட ஆசை
விடைபெறாமல் உன்னுடன்
மட்டுமே என்னுடன்
பிறந்த மௌனமே !
கு.ஜனனி*

மோனம்*

ஓசையற்ற ஒருலகம்
மனம் மௌனமானதொரு
மர்ம தேசம்!
மௌனமே செயலைச் சாதிக்கும்
மௌனம் சாதிப்பதோ
பெருஞ் செயல்

சத்தத்திலும் சுத்தமான மகிழ்வு
நதிக்கரை யருகே
நிசப்தத்திலும் ஓரானந்த உறக்கம்
மனத்துள் வாசிப்போ
சுவையான மயக்கம்.

ஞானத்தின் ஆலயமே
மோனத்தின் நூலகம்

தீர்வில்லாப் பொழுதில்
சிந்தித்திடு அமைதியை
தீர்வு கிடைக்கும்
தீங்கு விலகிடும்

ஆரவார நகர் வாழ்வு விடுத்து
அமைதியான கிராம வாழ்வு
வாழ்ந்திடலாமே

மௌனம் பேசிடுமேல்
சாந்தம் குணமாய் இருந்திடுமே
வாழ்வு இனித்திடுமே.

ர.கௌதமன்.

மௌனமாய் இரு*

இறை நிலையுடன் எண்ணத்தை
இணைக்க ஏற்றதோர் பயிற்சி
தவம் என்றால். அத்தவ
தவப் பயிற்சியினும்
சிறந்தது.

மௌனமாய் இருத்தலே என்றார்
அருட்தந்தை வேதாத்திரி
மஹரிஷி அவர்கள்.

நம் குடும்பத்துடன் நாமும்
நலமுடன் மனநிறையுடன் இருக்க,
மௌனமாய் இருத்தலே
நல் மருந்தாம் .

நாம் பேசுவதால், கேட்பதால்,
பார்ப்பதால்,
நினைப்பதால்,
தொடுவதால் போன்ற
உணர்வுகளினால்
நம் உடலில் செலவாகும்
ஆற்றலை தடுப்பதாம் மௌனம்.

மனித மனங்களில் வருவதுண்டு
கடல் அலையென மன
அலைகள் எண்ணங்களாக.
அதை தடுக்கும்
மருந்தே மௌனம்.

எடுத்து வந்த பிறவிகள்
எத்தனை எனினும்
அத்தனையும் அடங்கி நிற்கும்
உன் கருவிலே
அதை நீ உணர மௌனத்தில்
இரு மற்றெதுவும் தேவை இல்லை.

மௌனத்தினாலே அறிந்திடுவோம்
மானுட ரகசியங்கள்
அத்தனையும் மௌனத்தின்
மாண்பினாலே

எண்ணமது தூய்மை கொண்டால்
மௌனத்தினாலே
உள்ளதில் உயர்வுண்டாம்.

அனைத்திற்கும் விடை உண்டாம்.
மௌனத்தினாலே.
ஆதலில் மௌனம் இரு,
மௌனமாய் இரு.

ஸ்ரீ காமதேனு.*

நான் ரசித்த மௌனம்*

தலைச்சிறந்த சொல்லில் ஒன்று
மௌனமாகும்
என் காதல் கதை கேட்டால்
பூக்களும் வாடிப்போகும்
பறந்த மனசு கொண்டவள்
எந்தன் மேகம்
என் வரிகளில் தெரிந்திக்கொள்
காதல் மோகம்

வாயில் பேசுவதை விட
மௌனத்தில்
காதலியுடன் பேசினேன்
உன் மௌன சிறைகளில்
அடைப்பட்டு வாடினேன்
மௌனத்தால் கலங்கினேன்
உன் கரங்களில் வாழ
எண்ணினேன்
நீ எங்கு இருந்தாலும்
நான் உன்னை
கண்டுக்கொள்வேன்

உந்தன் மௌனம்
எனக்கு சம்மதமா
உன்னை நான் காதலித்தது
குற்றமா
நான் உன்னை தாங்குவேன்
கண்ணம்மா
உன்னை காதலித்தது என்ன

குற்றமா

மரங்களும் கேட்டது உன்
பார்வை விசுமா
ஒரு தடவை என்னை
நிமிர்ந்து பாருமா
உன் சிரிப்பில் விழுகிறேன்
கண்ணம்மா
உன் கூந்தலில் சாயா
இடம் கிடைக்குமா
மௌனமாய் நான் ரசிக்க!

SAI **(கவிதை காதலன்)***

நான் விரும்பும் மௌனம்*

தேவையில்லாத வாக்கு வாதம்
சண்டையில் முடியும்

ஆயிரம் முறை பேசி புரிய
வைப்பதைவிட -மௌனம்
சிறந்தது

தவறான பதிலை காட்டிலும்
தன்மையான மௌனம்
வென்றது

தினம் திட்டும் அப்பாவின்
வார்த்தைகளை - விட

திட்டாமல் நகர்ந்து செல்லும்
நண்பனின் மௌனம்
கொடியது

அதிகாலையில் தியானம் கொள்ளும்
மன அமைதி - இனிமையானது

வாழ்க்கையின் அர்த்தமே
மன அமைதிதான்

மன அமைதியுடன் செய்யும்
எந்த காரியமும் - வெற்றி பெறும்

மனஅமைதி; மனவலிமை முக்கிய
சக்தியாக இருப்பது மனத்தூய்மை

சஞ்சலமோ; குழப்பமோ இல்லாமல்
தெளிவான மனத்துடன் -
வாழ்வது வாழ்க்கை

கோபம், வெறுப்பு ஏற்படும்போது
யாரிடமும் பேசாமல்
மௌனம் கொள்

மனத்தளர்ச்சி ஏற்படும் போது
கண்களை - மூடிக்கொள்

நான் வலிமையானவன்
நான் கோபப்படமாட்டேன் என
கூறி மௌனம் கொள்.

சு.பத்ம பாலா*

அமைதியின் ஓசை*

பேசிய வார்த்தை கொடுத்த
வலியை விட

வளிக்குகூட தெரியாமல்
மறைத்த குடும்ப செய்திகளால்
வலிமை வாய்ந்த மங்கையாகிறாள்
வளமான நலமான
குடும்பத்தை நகர்த்துகிறாள்
குணமான பெண்..!

புரிந்தும் புரியாமலும்
கொட்டித் திட்டி
பின் சரியென அறியும்
போது அழுகையை அழிக்க
முடியாமல் திணரும்
வார்த்தைகளை விட
அமைதி சிறந்தது!

கோபத்தில் அமைதியே சிறந்து
தற்கால அமைதியே
தரமான பேச்சிற்கு
இடம் கொடுக்கும்!

ஆயுளை கூட்டும் அமைதி
உறவுகளை கூட்டும் அமைதி
ஆனந்தத்தை அள்ளி
தரும் அமைதி!

மதியை கூட்டும்

மனஅமைதி!

சிலர் சொல்லாத
வார்த்தை புரியவும்
பலர் வார்த்தை
சொல்லாதிருக்கவும்
அமைதியாய் அழுத்தமாய்
ஆழமாய் அளித்திருக்கிறேன்

ஓசையில்லாமல் மைக்கும்
கைக்கும் மூளைக்கும் வேலை
கொடுத்திருக்கிறேன்

அமைதிக்கு ஆயிரம்
அர்த்தமுண்டு
அதை ஆயிரம் பேரிடம்
அளிக்கவே இக்கவி.

இரம்யாதிருமுருகன்*

மௌனம்

பேசும் மொழி*

மௌனம்
தனிமையின் வெளிப்பாடு
மனதில் இருக்கும்

ஆசையை சொல்ல முடியாது
தவிக்கும் போது
மௌனம் கொள்ள
ஆரம்பிக்கின்றது மனது

மௌனம் சம்மதம் என்று கூறுவர்
ஆனால் மௌனத்தின் பின்னால்
பல அர்த்தங்கள் அடங்கியுள்ளது

தான் விரும்பியதை விரும்பியவரிடமும்
சொல்ல முடியாமல்
வீட்டிலும் சொல்ல முடியாமல்
குழம்பி தவிக்கும் பொழுது
மௌனம் நம்மை தழுவும்
மௌனம் தனிமையை விரும்பும்
மௌனம் பொருமையின் சாதனம்

நம்மை மிகவும் நேசிப்பவர்க்கும்
நம்மை புரிந்து கொண்டவர்க்கும்
மட்டுமே
மௌனத்தின் பாசை புரியும்
மௌனம் கூட பேசும்
என்பதை உணர்ந்தால்.

கு.கவிப்பிரியா*

நட்பில் மௌனம் *

பழகும் போது உண்மையாகவும்
பழகிய பிறகு உயிராகவும்
இருப்பது தான்
உண்மையான நட்பு
அதுதான் மௌனத்தின்
சிறப்பு!

சொந்தங்கள் என்பதெல்லாம் நமக்கு
ஒரு சிறிய பனித்துளிதான்
நொடிப்பொழுதில் மறைந்துவிடும்
நட்பில் மௌனம் என்பது
நம்பிக்கை இருக்கும்
வரை மறையாது

ஆனால் நட்பு என்பது
பரந்த வானம் போன்றது
நம்மைச்சுற்றி எப்போதும்
விரிந்திருக்கும்

ஆயிரம் விண்மீன்கள் இருந்தாலும்
இரவுக்கு அழகு நிலவு தான்
அது போல் ஆயிரம்
சொந்தங்கள் இருந்தாலும்
வாழ்க்கைக்கு அழகு நட்புதான்
அந்த நட்புக்கு அழகு
நம்பிக்கை தான்.

மௌனத்தின் அழகு
நம் இலக்கு தான்

எத்தனை சண்டைபோட்டாலும்
வலிக்காது நட்பில்
ஆனால் ஒரு நல்ல நட்பின்
மௌனம் இதயத்தையே
உடைத்து விடும்

வாழ்க்கையை புரட்டி
போட்டுப் பார்த்தால்
நட்புடன் இருந்த தருணங்களே
மிக ஆனந்தமான
தருணங்களாக அமையும்

நட்பு என்பது வெறும்
வார்த்தை அல்ல

அது உயிரோடும் உணர்வோடும்
கலந்த ஓர் அரிய பொக்கிஷம்..
அதற்கு அடித்தளமாய்
அமைவது மௌனம்..

தோழி வெற்றி பெற்றால்
அவன் என் தோழி என்று
பெருமை கொள்

தோழி தோல்வியுற்றால்
நான் உன் தோழி
என்று சொல்லி அவளோடு
தோள் கொடுத்து
நில் மௌனமாக..

நட்பில் எப்போதும் தோழியாக இரு

இல்லையேல் எதிரியாக இரு

மௌனம் காக்கும்
துரோகியாக எப்போதும்
மாறிவிடாதே

தேவைக்காக நேசிக்காமல்
நட்புக்காக நேசித்துப் பார்

நட்பு என்பது உன் வாழ்க்கை
முழுவதும் உன்னோடு கூட வரும்

எப்போதும் உன் தோழிக்கு
நம்பிக்கையில் இருக்கக் கூடிய
மௌனமாக இரு
நட்பு என்பது பொய்யாகாது

ஆயிரம் வலிகளுக்கும்
மூன்றெழுத்து மந்திரம் போதும்
அது தான் நட்பு

நட்பில் இருக்கும் வலிகளுக்கு
ஒரே மருந்து!ஒரே தீர்வு! அது
என்னவென்றால்

மௌனத்தை கடைப்பிடி
விட்டு விடாதே அதுதான்
சிறந்த மருந்தாகும்.

அ.அனிதா*

அவள் வருவாள் *

ஒரு தடவையாவது
பேசிவிடுவாளா
தலை நிமிர்ந்து என்னை
பார்த்து விடுவாளா
காலம் முழுவதும் கைக்கோர்த்து
வருவாளா
இல்லை காலன் வரும்
வரை என்னை காக்க
விடுவாளா
என என்னவளின் பதிலுக்காய்
ஏழரை வருடம் ஏக்கங்களோடு
காத்திருக்கிறேன்

அவளும் எப்படி சம்மதிப்பாள்
பிறக்கும் போதே தாயை
இழந்தாள்
வளரும் போதே தகப்பனும்
இறந்தார்
உருகி காதலித்தவனும்
உதறிவிட்டு பிரிந்தான்
அவள் மௌனக்கண்ணீரில்
உறைந்தாள்

இந்த ஏழரை வருடம் ஏழு
லட்சம் தடவையாவது
என் காதலை சொல்லி
இருப்பேன்.

ஆனால் அவள்
மௌனமாய் செல்வதை தவிர
என்னிடம் ஒரு பதிலும்
சொல்லவே இல்லை இனியும்
சொல்லுவாளா என்றும்
தெரியவில்லை

எதற்காக மௌனம் காக்கிறாள்
நானும் பாதியிலே பிரிவேன்
என்றா இல்லை
சண்டை பிடிக்கும்
சாதியமும் சமூகமும்
மறுத்து விடும் என்றா
தெரியவில்லை இன்னமும்
புரியவில்லை

ஆனால் அவளுக்கு ஒன்று
மட்டும் தெரியும்
எனக்கு அவளை
பிடிக்கும் என்று
அவளை மட்டுந்தான்
பிடிக்கும் என்று

எப்போதாவது புரிந்துக்கொள்வாள்
மௌனம் சாதிக்கும் அவள்
மனப்பூட்டை உடைத்தெரிவாள்
கலங்கமற்ற என்
காதலை அறிவாள்

என்னவளின் பதிலுக்காய்
ஒரு யுகமல்ல இன்னும்
ஓராயிரம் யுகம் வரை

   மௌனம்

காத்திருப்பேன்
பதில் ஒன்றும்
இல்லையென்றால்
என் கல்லறை மேல்
காகித பூவாய்
பூத்திருப்பேன்.

நல்லதம்பி ரொஷான்*

மொழிகளின் மொழி *

காற்றும் காதுகளில் கிசுகிசுக்கும்
காவிய மொழி நீ !

பூக்களின் புத்துணர்வு நீ !
பூமியையே காத்திடும்
புத்தாடை நீ !

இலையாக இருந்தேன்
இன்னிசையாக வந்தாய் !

புதிரான கேள்விகளுக்கு
புதிய பதில் தந்தாய் நீ !

அன்பான நெஞ்சங்களுக்கே
புரியும் ஆழமான ஆறுதல் நீ !

பாராது பிரிந்திருக்கும்
உறவுகளும் பார்த்தவுடன்
பேசும் பிள்ளை
மொழி நீ !

பெற்றோரை இழந்தவர்களுக்கும்
துணையை இழந்தவர்களுக்கும்
கண்வழியே வழிதந்து
விழியால் பேசுகிறாய் !

பேசாமல் புரியவைக்கிறாய்
உன்னை !

பேசாமல் பேசுகின்ற
சொல்லின் மொழியே !

தவறு எவர் செய்தாலும்
தவறாமல் வருகிறாய் !
தவறு செய்யவில்லை என்றாலும்
தாமதிக்காமல் வருகிறாய் !

புகழும் நிமிடங்களில்
அடக்கம் என்ற பெயரிலேயே
வருகிறாய்   !

தவறாக பேசப்படும்
தருணங்களில்
பொறுமை என்றே
வருகிறாய்   !

மொழிகளின் மொழியே ,
பெண்ணிடம் நீ வந்தால்
பெண்மையே அழகு !
மௌனமே நீ பேரழகு !

சோ.காயத்ரி, *

பிரிந்த கண்ணீர் காதல் *

உலகில் நீ எங்கு இருந்தாலும்
உன்னுடைய நினைவுகள்
அதிகரிக்க அதிகரிக்க
என்னுடைய உதடுகளும்
மௌனமாகி விடுகிறது

நான் உன்னை பார்க்கின்ற
ஒவ்வொரு மணிநேரமும்
இன்று உன் மௌனம் என்னை
கலங்கவைப்பதுபோல் நாளை
என் பிரிவும் உன்னை கலங்க
வைக்கும் மௌனமாய்

நான் உன் கண் விழிகளில்
பார்க்கின்ற பொழுதெல்லாம்
உன் மௌனம் என்ற இதய
சிறைகளில் என்னை
அடைத்துவிட்டாய்

விருப்பம் இல்லாதவர்களை விரட்டி
விரட்டி காதலிப்பதை விட
மௌனமாகவோ இருந்து
தனியாக இருந்திடலாம்.

நான் உன் கண் விழிகளில்
பார்க்கிற பொழுதெல்லாம்
ஏதோ பல வருஷங்கள்

மௌனம்

வாழ்ந்திட்டோம் என்ற
உணர்வு வருகிறது.

ஆனால் நீ பேசாமல் என்
கண்களில் கண்ணீர் வரும்படி
மெளனமாய் செல்கிறாய்

என் இதயத்தை கொல்லும்
ஒரு மொழி உன்
மெளனம் மட்டுமே.

Ravi*

வகுப்பறையில் மெளனம் *

வகுப்பறையில் கை துக்கி
கதைகள் சொல்லும் எவரும்
கரை மணலில் அமர்ந்து

மௌனமே உன்னை புயலாய்
அறியும் எங்கள் உணர்வை
அறியமாட்டார்கள்

மௌனம் என்ன என்று
தெரிந்தவர்க்கு வானின் இடியும்
சொல்லும் புலம்பலும்

உயிர்கள் வாழும் காற்றின்
உறவும் தாயகம் பிரிந்துச்
செல்லும்

நீரின் அழுகையும், கோபம்
கொண்ட எரிமலையின்
குமுறலும் மௌனமே

மௌவுனமாக அமர்ந்திருக்கும்
வகுப்பறை சிறுவன்.

**நிர்மல் குரு *

இனிதினும் இனியது*

குரல் சொல்லும் ஒலியை
விட விரல் சொல்லும்
மொழி இனிது!

பழி சொல்ல நா இருக்க
விழி சொல்லும் மொழி இனிது!

பாடலில் வரிகள் பல இருக்க
காற்றில் எழும் குழல் இனிது!

முகத்தில் காட்டியும் அறியாது இருக்க
அகத்தைக் காணும் புரிதல் இனிது!

இன்மையிலும் நிறைந்த
இனிமையான இனிது...எது?

இயற்கையோடு இயைந்த
தனிமையே இனிது!

ஆறு அறிவுக் கொண்ட
மானிடனை விட
துஞ்சளவும் வஞ்சமில்லா
நெஞ்சம் இனிது!

இவ்வுலகின் இனிதினும்
இனியது....எது?

கவிபாட ஏனையோர் இருக்க

மழலையின் மௌன மொழி
தேனினும் இனியது!

மா. பகவதி*

நானும் மௌனமும்*

சினத்தில் மௌனத்தை
ஆயுதமாய் கொள்வேன்,
கவலையில் மௌனத்தை
கண்ணீரால் துடைப்பேன்,

மகிழ்ச்சியில் மௌனத்தை
சிறையடைத்து வைப்பேன்,

சிந்தனையில் மௌனத்தை
ரசனையால் வெல்வேன்,
இரக்கத்தில் மௌனத்தை
சருக்காய் குறைப்பேன்,

குற்றத்தில் மௌனத்தை
முற்றும் காப்பேன்,

பசியில் மௌனத்தை
முழுதும் மறப்பேன்,
நாணத்தில் மௌனத்தை
செய்கையால் மறைப்பேன்,

பயத்தில் மௌனத்தை
வேகமாய் வளர்ப்பேன்,

தனிமையில் மௌனத்தை
அழகாய் ரசிப்பேன்.

வெற்றி...

மௌனத்தின் பாடு*

அனுதினம் வதைக்கும் வகையான
வலி சொல்லும் ஆயுதமாக
உடைத்திடும் மனம்

ஏக்கமாக காணும் யாதும் அறியா
பூட்டி வைத்த உரைகளோ

உணவும் உற்று பார்க்கும் தருணமோ
உடைகளும் அழகில்லாத நாட்களோ
உற்றார் சொல்லும் உற்று நோக்காது
சிந்தனை சிதறலோ

நேரங்கள் பகிராத
விரயம் ஆகும் நொடிகளோ

ஒன்றையே நினைத்து மற்றவை
தொலைத்த இழப்புகளோ

உணர்வுகள் மறந்து உறையும்
தனிமையோ காற்றில்லா
வெற்றிடத்தை

கண்ணீர் கொண்டு நிரப்புவாயோ
புரிந்தும் புரியாமலும்
தவிக்கும் ஏக்கத்தை பக்குவமாக

கூர் முனை வாளாக மனதை பதம்
பார்க்கும் மௌனத்தின் பாடே!

மு.முஹம்மது உமைர்*

              மௌனம்

மௌன நிலை*

தானே தனது
என்ற நிலையே மௌனம்-அது
தனிமையின் தவிப்பு,
ஆசையின் நிராகரிப்பு,
எதிர்பார்ப்பின் தவிப்பு,
ஏமாற்றத்தின் வலி,
ரசனையின்உச்சம்,
உண்மையின் உடைப்பு,
நாணத்தின் நளினம்,
இயல்பின் இசைவு,
அறிவின் அடைக்கலம்- என
மௌனம் காணும்
பல கதைகள் உண்டு.

மௌனம் ஒரு
ரகசியம்,ஆளுமை,
ஆதரவு,வெளிச்சம்,
இருட்டு,கவலை,-இதை
கடந்து போவதே இவ்வாழ்வு

பிரளயத்தின் வெளிப்பாட்டில்
உடைந்த கற்களாய்
நொடிதோறும்
நொறுங்கி, நொறுங்கி
துகளாய் மாறி,
மாறிய துகளின்
மாற்றமே -இம்மௌனம்

பிரபஞ்ச சஞ்சரிப்பில்

வழிகளின் போக்கில்
வலிகளின் வாசல்
எப்போதும் திறந்தே இருக்கும்

திறந்த வாயில்களின்
ஒவ்வொரு கதவும்
அனுபவம் தரும்
மகாகுரு நாளும்
பொழுதாய்,
விழுதாய்
வளரும் வேளை

போரை முறிக்கும்
மிகப்பெரிய சக்தி
இதற்கு உண்டு -இவற்றில்
நாம் காணும் கனவுகள்
பெரியது

இந்நிலை நாம் என்னவாக
வேண்டும் என்பது
நம் முடிவு

மகிழ்ச்சியின உச்சத்திற்ககு
மௌனமே நீதிபதி!
இதற்கு முதலும் முடிவும்
நாமே சாட்சி!

க. முத்துமாரி *

மௌனமே சுகம்*

மனதில் அமைதியான உருக்கம்
மாற்றம் செய்ததே உயிரில்
மின் ஒலியின் இசை இல்லை
மீட்டுத் தந்த மொழிகளுக்கு !

முதல் முறையாக ஒரு மாற்றம்
மூடிய இமைக்குள் வித்திட்ட
மெய் மறந்த நிலையே !

மேலே பறக்கும் சிறகாக
மையல் வேளையில் ஒரு எல்லை
மொழிகள் இல்லை விழிபார்வையின்
மோதல் மட்டும் தான் பேசும்
மௌனமே சுகமாக !

நித்தமும் ஒரு மௌனம்
நேசித்த போதிலும் சுவாசம் பெற
இணைந்த பந்தமும் பாசமும் தரும்
பரிசு மௌனமே !

சில சமயங்களில் நேசத்தால்
மௌனம் காத்துநிற்கும் போது
மின்னலாய் ஒரு ஒளி
உள்ளத்தை திறக்கும் !

துன்பமான நேரங்களில் ஆறாத
வடுக்கள் கேட்டு பெரும்
உண்ணாத உணர்வு அதுவே !

எல்லையற்ற பக்கங்கள் இருக்கும்
வாழ்கையின் அதில் சில சமயங்களில்
மௌனமான தாள்களே !

பேசும் மொழியைவிட விழிகள் மூடி
திறக்கும் பதிவு பதில்களாகும் போது
நித்தமும் ஒரு மௌனமாகிறது !

லெ.சங்கவி.[*]

என்னுள் அமைதி*

மௌனம் என்பது கடலின்
ஆழத்தை போன்றதே

மௌனம் என்பது நீருக்குள்
இருக்கும் முத்து போன்றதே

கோபத்தின் மிகப்பெரிய ஆயுதம்
பொறுமை மட்டுமே

பல வெற்றியாளர்களை அடையாளம்
கொண்டு உருவாக்கியது இந்த
மௌனம் மட்டுமே

சோகங்களின் வெளிப்பாடு
இந்த மௌனம் மட்டுமே

அமைதியின் சொர்க்கமே
இந்த மௌனம் மட்டுமே

அகிம்சை வழியில் போராடி
வெற்றி காண்பது இந்த
மௌனம் மட்டுமே

எண்ணற்ற மகிழ்ச்சியின்
வெளிப்பாடு இந்த
மௌனம் மட்டுமே

உலகில் உயர்ந்த சிந்தனையாளர்களை
உருவாக்குவதே இந்த

மௌனம் மட்டுமே

சாதிக்கத் துடிக்கும் இளைஞர்களின்
முன்னேற்ற பாதைக்கு வழிவகை
செய்வது இந்த மௌனம் மட்டுமே

சோதனைகளை பல கடந்து
சாதனை என்னும் வெற்றிக்கு
வழிவகை செய்வது இந்த
மௌனம் மட்டுமே

வாழ்க்கையில் பொறுமையின்
சிகரம் இந்த மௌனம் மட்டுமே

அன்பின் அஸ்திவாரம் இந்த
மௌனம் மட்டுமே

மௌனமே உலகின் மிகச்சிறந்த
ஆயுதம் என்பதே

இவ்வுலகில் பல வெற்றியாளர்களை
வெற்றிக்கு உறுதுணையாக
இருந்தது இந்த மௌனம் மட்டுமே

நம் மனதின் வலிகளின் வெளிப்பாடு
இந்த மௌனம் மட்டுமே

மௌனத்தின் முதல் கதவு
புரிதல் ஒன்று மட்டுமே

நேசிப்பவர்களுக்கு தன் அன்பை
பரிசாகக் கொடுப்பது இந்த

மௌனம் மட்டுமே

நம்மை புரிந்து கொள்ளாதவரிடம்
போராடுவதை விட மௌனமாய்
இருப்பதே சிறந்த ஆயுதமே

மனிதன் எந்த சூழ்நிலைக்கும்
பொருந்தக் கூடிய ஓர் ஆயுதம்
மௌனம் மட்டுமே

பொறுமைக்கோ காலம் உண்டு
அதை மௌனத்தால்
வென்றுவிடு

பொறுமையின் சிகரமே அமைதி
என்பாரே அந்த அமைதியின்
சிகரமே மௌனத்தின் உலகின்
முதல் வெற்றி என்பாரே

பொறுத்தவர் பூமி ஆள்வாரே
ஆனால் மௌனத்தால் மட்டுமே
உலகில் வெற்றியை காண்பாரே

சமாதானத்தின் முதல் உலக நாயகன்
நம் மனதில் அமையும் அமைதியின்
மௌனம் மட்டுமே.

மா பழனிசாமி*

தனிமையின் இராஜியம்*

உந்தன் மௌனம் யாவும்
எந்தன் இதயத்
துடிப்பினை நிறுத்தி!

எந்தன் மனதை
சல்லடையாகத் துளைக்கி!

எந்தன் விடையினை நின்
மௌனத்தினால் உயிர்ப்பித்து
நின் மொழியினால் போர்
தொடுத்து அறிவேனடி!

காத்து நின்ற நொடிகளெல்லாம்
பூத்து நின்ற விழிகளுக்கு
விடை ஏனோ!
பெருந்தகை கொள்வாய்
மங்கையே நின்
மௌனத்தினால்!

பூத்துக் குலுங்கிய மலர்களும்
ஆடிக்கழித்த மத்தளத்தின்
ஓசையும் நின் மௌனத்தை
விவாதிக்க!

விடையின்றி தவிக்கும்
தனிமரம் வினா இழந்த
நிற்கும் தனிமையின்
இராஜியத்தில்!

கவியின் காதலி (ப.ஹரிணி)*

 மௌனம்

மௌனமே சிறந்தது*

அமைதியான வாழ்க்கை
நிலவுவதும் மௌனத்திலே

சினத்தின் போது
மௌனத்தை கடைப்பிடித்தால்
சிகரம் தொடலாம்

பலரைப் பற்றிய புரிதல்
ஏற்படுவதும் மௌனத்திலே

அனைத்து சூழ்நிலையிலும்
மௌனமாக இருந்துவிட்டால்
நம் உரிமையை இழக்க நேரிடும்

பல சிக்கலான சமயத்தில்
பெரிதும் துணைபுரியும்
சிறந்த மருந்து மௌனம்

பல பிரச்சனைகளுக்கு தீர்வு
காண்பதும் மௌனத்திலே

மௌனமாக மனதோடு
உறவாடினால் நினைத்ததை
அடையலாம்.

வெ. பேரின்பவாணி *

நான் வேண்டுவது*

அழகாய் நீ எனக்கு
ஆனந்தம் தருபவளாய்!

இயற்கையாய் நீ எனக்கு
இனிமை தருபவளாய்!

ஈசத்துவமாய் நீ எனக்கு
உயிர்ப்பைத் தருபவளாய்!

உயர்வாய் நீ எனக்கு
உன்னதம் தருபவளாய்!

ஏகாந்தம் நீ எனக்கு
ஏற்றம் தருபவளாய்!

ஐயம் தீர்ப்பாய் நீ எனக்கு
ஒற்றுமை தருபவளாய்!

கனிவுடையவள் நீ எனக்கு
உயர் ஞானம் தருபவளாய்!

சாந்தி தருபவள் நீ எனக்கு
சமாதானம் தருபவளாய்!

தரணித் தாய் நீ எனக்கு
தன்மானம் வளர்ப்பவளாய்!

தென்றலாய் நீ எனக்கு

குளிர்ச்சி தருபவளாய்!

தேனாய் நீ எனக்கு
சுவையைத் தருபவளாய்!

நம்பிக்கை நீ எனக்கு
நல்லறிவு தருபவளாய்!

நிறைவாய் நீ எனக்கு
அனைத்தும் தருபவளாய்!

என்னுள் சிம்மாசனமாய் நீ
உன்னுள் குழந்தை நான்
மௌனமே உனை
நினைக்க நான்...!

தொலைகிறேன் உன்னில்.
என்றும் நான் வேண்டுவது
உன்னுள் கரைய..!

வை. வனிதா *

மௌனத்தின் பார்வை*

மௌனம் தான் மொழிகளின்
தாய்
வார்த்தைகளின் உச்சமே
மௌனம்

அனுபவத்தின் வடிவமே
மௌனம்
அதிகபட்ச வலிகளின் தோற்றமே
மௌனம்

துக்கத்தின் உச்சநிலை
மௌனம்
வெட்கத்தின் முகப்பே
மௌனம்

வேதனையின் வலிகளில்
மௌனம்
சாதனையின் அடையாளம்
மௌனம்

கவிஞன் சிந்திக்க ஏற்ற
இடமும் மௌனம்

மௌனம் என்னும் வார்த்தை
மட்டுமே மௌனம்
கொள்கின்றது

முகத்தின் முன் பெருமை
முதுகின் பின் துரோகத்தில்

குத்தினாலும் புன்னகையில்
சாதித்தது மௌனமே

மௌனத்தின் வாயிலாகவே
எல்லா வார்த்தைகளும்
பிறக்கின்றது

எல்லா வார்த்தைகளும்
மௌனத்தின் வாயிலாகவே
முடிகின்றது

வார்த்தைகளை பேச வைத்து
மௌனம் அழகு
பார்க்கின்றது

மௌனத்தின் மொழி
அலங்காரமானது

விழிகளே மௌனத்தை
அழகாக மொழி
பெயர்கின்றது

பேசும் வார்த்தைகள்
எல்லோருக்கும் புரியும்
ஆனால் மௌனம்
நேசிப்பவருக்கு மட்டுமே
புரியும்

வாழ்வில் அனுபவங்கள்
அதிகரிக்க அதிகரிக்க
மௌனம் தானாக நம்மிடம்
வந்துவிடுகிறது

மௌனமே சிறந்த ஆசான்
ஏனெனில் வாழ்க்கையில் பல
பாடங்களை கற்றுக்
கொடுக்கின்றன

தனிமையோ தோல்வியோ
எப்போதும் மௌனமே சிறந்த
மருந்து

மௌனத்தை போல்
எம்மொழியும் ஆறுதல்
அளிப்பதில்லை

மௌனத்தை விட சிறந்த
மொழி எதுவும் இல்லை

மௌனத்தை விட சிறந்த
நண்பனும் இல்லை

எழுத்து ஏதும் இல்லாத
மொழியே மௌனம்

புன்னகையில் பூக்கும் புதிய
மொழியே மௌனம்

சிந்திக்க வைக்கும் மொழியே
மௌனம்

இயற்கையோடு இயைந்து
பேசும் மொழி மௌனம்

                                    மௌனம்

மனதோடு மட்டும் பேசும்
மொழி மௌனம்

மற்றவர்களை
காயப்படுத்தாமல் அமைதி
காக்கும் ஒவ்வொரு
மௌனமும் அழகானதே!

த.ஹரிபிரசாந்*

*

தித்திக்கும் மௌனம்*

மன அமைதி தரும் மௌனம்
மனம் தன் மௌன மொழியினை
புகுத்தும் தருணம்

அந்த மகிழ்ச்சியில் மிளிரும்
முகம் என சில சிலிர்க்கும்
தருணங்களை

மௌனத்தினாலேயே மிகைப்படுத்த
இயலும் எண்ண ஓட்டங்களின்
நினைவாற்றலின் போது நிகழ்ந்த
சிலவை, நினைவுகளாக!

அதைக் கொண்டாடும் தருணமாய்
மௌனம் ஆக, உதட்டோர சிரிப்பினில்
முடியும் -அது, சொல்லிலடங்கா
பல உணர்வுகளை,

தன்னுள் ஒளித்து வைத்துக்
கொண்ட கணம் ஆகும்!

மௌனத்தின் சுவையினை
அறிந்தவனே, அடைவான்
மனஅமைதியினை!

சிதைக்கும் மௌனம்*

சில மௌனங்கள்,
விவரிக்க முடியாதது,
விளக்கம் அறியாதது!

சொல்லில் அடங்கா வலிகளால்
விலையும் வேதனையின்
உச்சத்தில் தழும்பும் தீர்வரியா
திகைக்கும் தருணம், அது!

தீருமோ என்ற ஏக்கத்தில் ,
தவம் கிடைக்கும் இதயத்துடன்,
தன் தவிப்பினை தெளிவுபடுத்த
இயலாமல் கடைப்பிடிக்கும் -அம்மௌனம்
சீர் அமைக்க முடியாத சிரமத்தின்
சினம் என்னும் வெளிப்பாடு!

சிந்தனைக்கு எட்டாத விஷயங்கள்
கூட, இம்மௌனத்தின் பிடியிலேயே
புலப்படுகின்றன மௌனத்தினாலே,
என்னுள் புத்திசாலித்தனத்தை
உணர்ந்தேன்!

மனிதர்களிடத்தில், மறைந்து
கிடக்கும் மாய வித்தைகள் புரிந்தேன்!

புதைந்து கிடந்த மர்மங்கள் புலப்பட்டன,
மலர்கள் அனைத்தும் மங்கலங்கள் அல்ல,

அதில் வரும் வாசனைகள் கூட

விஷங்களாக இருக்கு கூடும்
என தெரிந்தேன்!

தேவைகளுக்கு   மட்டும் தேடும்
மானிட ஜென்மங்கள்,
மாயமாகிவிடும் மாற்றங்களுடன்,
மறந்து போய்விடும்
என கற்றேன், மௌனம்
என்னும் பாடத்தின்
வாயிலாக!

ஹரிசுதா*

மௌன மொழிகள்*

மௌனம் சம்மதத்திற்கு அறிகுறி!
பல பெண்மையின் மௌனம்
சம்மதத்துக்கா என்பதே
பெரும் கேள்விக்குறி?

அடுத்தவன் சொல் பட்டு பெண்மையின்
உணர்வுகள் அறுக்கும் முன்,
அரங்கேறும் முன் மௌனமாய்
அதை யாமே
உடைத்தெறிகிறேன்.
பெரும் வலியுடன் !

மூன்று முடிச்சியில் முகப்பு
எழுத்து மாறும் பெண்
முகவரியும் மாறும்

அங்கேயே அவள் உணர்வுகளும்
உணர்ச்சிகளும் மாறும் மறைக்கப்பட்ட
மறுக்கப்பட்ட குரல்களாய்,
குமுறலாய் அவள் மௌனமே
மகுடம் சூட்டுகிறது!

வாங்கிக் குவித்த பரிசுகளும்,
பட்டங்களும் பூட்டி வைத்த பெட்டியில்
மூட்டி வைத்த விறகு அடுப்பில்
பொங்கித் தீர்த்து பல பசி
தீர்க்கும் தருணம் கருகிப் போனது
அவள் மௌன ஆளுமையே!

சம உரிமை,சம பங்கீடு எல்லாம

சட்டங்களாய் மட்டும் இருப்பின்
பட்டங்கள் குவித்த பல சாதனைப்
பெண்கள் அடுப்பங்கறைக்கும்
படுக்கை அறைக்கும் இடையில்
மறைக்கும் காரிருள் வெளிச்சம்
அவள் பெண்மையின்
மௌனமாய்!

முறுக்கிய மீசையில்
ஆண்மையையும்சிரம்
தாழ்ந்து கால் நகம் கீறி மண்
கோலமிட்ட வெட்கத்தில்
பெண்மையையும் கட்டிப்போட்ட
சமூகத்தில் சத்தமில்லாமல
சம்மதம் சங்கமிக்கும் பெண்மை
ஏந்திய மௌனம்!

விடாய் தீண்டிய பிஞ்சு விடாய்
தீண்டிய உதிர திணறலிலும்
மௌனம் காக்கும் பெண்மை!

விலைபேசி விற்ற திருமண
சடங்கிலும் அலங்காரமாய் ,
காட்சிப் பொருளாய் மௌன
புன்னகை ஏந்திய பெண்மை!

கொடி அறுத்து , உயிர் ஜனித்து
மறுஜென்மம் கண்டபோதும்
ஆரவாரம் கொள்ளாமல்
மௌனம் ருசித்த பெண்மை!

புழு பூச்சி அண்டாமல் மலடி

மகுடம் சூட்டிய போதும் உறவு
கொண்டவனை பிள்ளையாய்
உறவாடி உயிர் வலிக்க அதரமௌனம்
உருக்கும் பெண்மை!
ஈரம் காயா மஞ்சள் கொம்பின்
கயிறு அறுக்கும் கைம்பெண்
கோலத்துக்கும் மௌனம் பால்
சுரக்கும் பெண்மை!

இப்பின்ன சிக்கலில்
பெண்ணாய்
என் பெயரும் இடம்பெற
மறுக்கவில்லை!

மறைக்கப்பட்ட உணர்ச்சிகளின்
மறுத்துப் போன மனமதுவாய்
சாயம் தொலைத்த கந்தலாய் !

கண் மூடி முத்தமிட்டு
உடைக்கின்றேன் என்
மௌனத்தை

சிறுவினாவுடன் உண்மையில்
உலகத்து பெண்மையை முடக்க
நினைப்பது ஆண்மையா?
பெண்மையை?

என விடை தெரியா வினாவுடன்
மீண்டும் என் மௌனத்தை
மனத்துக்குள் புதைக்கும்.

அர்ச்சனா கிருஷ்ணகுமார்*

மௌன கைபேசி*

வளர்ந்து வரும்
நாகரிக உலகில்
எல்லாம் உள்ளங்கையில்
அடங்கி விட்டது..!
எங்கு பார்த்தாலும்
மக்கள் தலைகுனிந்து
கைப்பேசியுடன் வாழ்க்கை
நடத்துகின்றனர்..!
அருகில் இருக்கும் நபர்கள்
அறியாது, உறவினர்களிடம்
நேரம் ஒதுக்காமல்
ஒரு குறுகிய வட்டத்திற்குள்
அவரவர் பொழுதைக்
கழிக்கின்றனர்...!
எப்போது இவர்கள்
தலை நிமிர்ந்து பார்ப்பார்கள்?
இந்த மௌனம்
எதுவரை தொடரும்..?
உறவினர்கள் நண்பர்களிடம்
சிரித்துப் பேசி
இரவு நிலாச்சோறு உண்டு
கதைகள் பல கேட்டு
நிறைவு பெறும்
வாழ்க்கை அழகை ,
இக்காலத்தில் இழந்து விட்டார்களே..!
தொழில்நுட்பம் வளர வளர
குறுகியது இவர்கள் உலகம்..!
கைப்பேசிக்கும்

இவர்களுக்குமான
மௌனம் உற்றார்
உறவினர்களிடம் நிலவியது..!
ஓடி ஆடி விளையாடித்
திரியும் காலத்தில்
குழந்தைகளையும்
அதே வட்டத்திற்குள் தள்ளி
விட்டு தொல்லை இல்லாமல்
இருக்க நினைக்கிறார்கள்
இந்த மௌனம் இப்படியே
தொடர்ந்தால் சிரிப்பைக்கூட
இணைய வழியில்
வாங்க நினைப்பார்கள் போல..!
எப்போது மாறும் இந்த நிலை?
ஏன் இந்த மௌனம்!

இயற்கை*

கடவுள் அழகான இயற்கை
சூழலை அமைத்து...
அமைதியாக வாழ
வழி காட்டி....
நம்மை படைத்தார்..!
ஆனால் நாமோ..!
சுற்றுச்சூழலை மாசுபாடுத்தி!
நோய்களை உருவாக்கிக் கொண்டு!
நம்மை நாமே வதைக்கிறோம்..!
கைப்பேசி அதிர்வினால்...
பறவைகளைக் கொல்கிறோம்.!
மரங்களை வெட்டி
காட்டை அழிக்கிறோம்..!
மட்காத குப்பைகளால்
நதிகளை மாசு படுத்தி
உயிரினங்களை கொன்று
நாமும் அழிகிறோம்...!
இந்த சூழலில் இருந்து
விடைப்பெற்று,
கைபேசியை களைந்து,
சுற்றி நடப்பது ஒன்றும் அறியாது,
கடற்கரையில் அமர்ந்து,
அலைகளின் இசை
என்னை ஈர்க்க,
கரையை தொடும்
ஒவ்வொரு முறையும் அலைகள்
என் கால் விரல்களை
முத்தம் இட்டுச் செல்ல,

இயற்கைக்கும் எனக்குமான
இந்த மௌன பேச்சு
இப்படியே நீடித்திருக்க கூடாதா..?
தனிமையிலும் இனிமையான
இந்த மௌனம் கூட
சுகமான அனுபவம்...!
இயற்கையை ரசிக்க
நான் விரும்பும் மௌனம்
இதுவல்லவோ!!

மினு.வி*

ஊடலின் உறுத்தல்*

என் அதிகபட்ச உச்சவரம்பு எல்லாம்
நீ பூசி முழுங்கிய புன்னகை
பூக்கள் தான்!
என் அதிகபட்ச உச்சவரம்பு
எல்லாம் நீ சிந்தும்
புன்னகை தான்!
என் அதிகபட்ச உச்சவரம்பு
எல்லாம் என் நாடி நரம்புகளைப்
பல்பொடியாக்கிய உன் நாணம்,
நளினம் தான்.
என் அதிகபட்ச உச்சவரம்பு
எல்லாம் நீ உச்சரிக்கப்போகும்
உளறல் மொழிகள் தான்!
என் அதிகபட்ச உச்சவரம்பு எல்லாம்
உன் ஆள்காட்டி விரல்
என்னை உன்னுள்
அடையாளப்படுத்ததான் !
என் அதிகபட்ச உச்சவரம்பெல்லாம்
நீ உலறப்போகும் உண்மைகள்தான்!
என் அதிகபட்ச உச்சவரம்பு
எல்லாம் நீ உடுத்திய
உறுதியான ஊடல்தான்!
என் அதிகபட்ச உச்சவரம்பு
எல்லாம் நீ உச்சிக்கொட்டும்
நடுக்கங்கள் தான்!
என் அதிகபட்ச உச்சவரம்பு எல்லாம்
நீ உதாசீனப்படுத்தும்
ஊடல்கள் தான்!
என் அதிகபட்ச உச்சவரம்பு எல்லாம்

எனக்கான உரிமம் தான்!
என் அதிகபட்ச உச்சவரம்பு எல்லாம்
நீ தான்! நீயே தான் !
நீ மட்டும் தான்!

பார்க்கா நொடிகள்*

அடிமை சாசனம் ஒன்று என்ன?
எத்தனை வேண்டுமானாலும்
எழுதித் தருகிறேன்!
காதலுக்காக கோடிகோடியாய்
கப்பம் கட்டவும் தயாராக
இருக்கிறேன் !
என் அரண்மனைக்கிளியே!
கூட்டை விட்டு அகன்று
பறந்துவா!
என் இதயக் கூட்டில் நிரந்தரமாக
குடிபெயர்ந்து விட்டாய் !
வாய்பேசாமல் மௌனம்
சாதிப்பேன்!
உன் திருவாய் மொழி
அருளும் வரை!
பொய்மை அறியாத பதுமை நீ !
வாய்மை அறியாத
சிறுவன் நான்!
ஒருமுறை புகட்டி விடு
புரிந்துகொள்கிறேன்!
உன்னை , பிரிந்து செல்லேன் !
இது உண்மை பெண்ணே!
உன்னை தூக்கி சுமக்கும்
பாகனும் நானே! வாழ்க்கை
துணையாக வழித்தோன்றிய
நீர் குடுவை நீ ! அருந்திவிட்டேன்!
தாகம் தீர்ந்த பாடில்லை!
உன்னில் தண்ணீருக்கு பஞ்சம்
இருந்ததே இல்லை!

மௌனம்

இனியும் இருக்காது!
உன்னையன்றி சொல்லும்படியாக
சொல்லிக்கொள்ள எனக்கு வேறு
எந்த சொந்தமும் இல்லை
பந்தமும் இல்லை! உன்னிடமே
தஞ்சம் புகுந்துவிட்டேன் !
இனி எனக்கு எள்ளளவும் அச்சம்
என்பதே துளியுமில்லை!
திமிர்தலோடு போராடி
தோற்றுவிட்டேன்!
தார்மீகப் பரீட்சைக்கு
தலையசைத்து விட்டேன்!
தயாராகியும் விட்டேன் !
செவ்வாய் மொழி திறந்திடு
பெண்ணே!
உன் கர்வத்தோடு கை
குலுக்கி விட்டேன்!
நீ இருக்கும் தூரம் வரை
நிழலோடு போராடுவேன்!
ஒருமுறையேனும் உண்மையை
பொய்த்துவிடு!
உன் வாயார நீ என்னை
நோக்கி வாயுறை
வாழ்த்து பாடி விடு!

பா.கவுசிகா(பார்கவி)*

இயற்கையின் மொழி*

மௌனம் !
விழிக்குள் வார்த்தை
இதழுக்குள் பார்வை
உயிருக்குள் மௌனம்
தனிமை எனும் உலகத்தின்
இனிமையான மொழி
அளவில்லா சோகத்தின் ஒலி!
உலகின் மிகப் பெரிய
ஆயுதம் மௌனம்!
எளிமையின் வலிமை மௌனம்!
இறைவனின் மொழி!
சொல்லின் வலிமையை விட
மௌனத்தின் வலிமை மிக்கது!
மௌனம் ஒரு தியானம்!
பொறுமையின் முதல் தளம்!

டி.பா. ஹரிணிபாபுலால்*

மௌனத்தின் திறவுகோல் *

அன்பின் உரசல்களில்
அவ்வப்போது நிகழும்
சிறு இடைவெளி
மௌனம்!

புரிதல்களில்
சிறு பிழை
மௌனம்!!

தனிமையின்
மற்றுமொரு
பரிமாணம்
மௌனம்!!

பேசிடும் இதழ்களுக்கு
போடப்படும் பூட்டு
மௌனம்!!

பிரிதலின்
பிந்தைய நிலை
மௌனம்!!

சிக்கல்களின்
அப்போதைய தீர்வு
மௌனம்!!

எந்தவொரு
மௌனத்தையும்

கலைக்கும் திறவுகோல்..
இன்பமோ துன்பமோ
அந்த நொடியில் வரும்
கண்ணீர் மட்டுமே!!

சப்தமின்றி *

புரிதல்கள்
மறந்த வேளையில்
தடையில்லா
தர்க்கங்களுக்கு பின்
வார்த்தைகளுக்கும்
வேலையில்லை..
இரு நெஞ்சங்கள்
பரிமாறிக் கொள்ள
மௌன மொழி
இருக்கையில்!

முனைவர் ஜெ.ஆனந்தி பானு*

உலகின் பொதுமொழி *

கடவுளுடன் தொடர்பு கொள்ள
உதவும் கருவியே மௌனம்
என்னும் மொழி

உலக மொழிகள் எல்லாம்
கடந்து உயிரை திறக்கும்
சாவியே மௌனம்

உலக மொழிக்கெல்லாம் ஆதி
மொழியாம் யாவர்க்கும்
பொதுவான மொழியே
மௌனம்

இருவிழி பேசும் காதல்மொழி
காட்டிலும் இருஇதழ் பேசும்
மௌனமொழி பெரிது

பகையை வெல்லும்
உன்னத மொழி..
அன்பை வளர்க்கும்
அழகிய மொழி..

என்றும் மௌன மொழி பேசு
நிலையாய் சொர்க்கம்
நீ காண்பாய்.

நிலவு காதலி*

காலம் உணர்த்திய மௌனம்*

அன்று மௌனத்தை விட்டு
விலகிச்சென்றேன்.

இன்று மௌனத்தைத்
தேடிச் செல்கிறேன்.

காலமும் மனிதர்களும்
மௌனத்தின்
முக்கியத்துவத்தை
உணர்த்திவிட்டார்கள்!

என்னை வாட்டும் மௌனம்*

என் நாள் தொடங்குவதும்
முடிவதும் உன் உரையாடலில்.

உன் அன்பாலும் சண்டையாலும்
என் நாளை அழகாக்கினாய்.

பிறரிடம் அதிகம் பேசாமல்
இருக்கும் உந்தன் மௌனம்
என்னை ஈர்த்தது.

ஆனால் இன்றோ அந்த
மௌனமே என்னை வாட்டுகிறது.
என் கண்மணியே!

கி.கிருபா*

வாழ்க்கை *

மௌனமாய் இருப்பது அமைதியை தரும்
எல்லா இடத்திலும் மௌவுனமாக
இருந்தால், வாழ்க்கையே அர்த்தம்
இல்லாமல் போய்விடும்.

விழித்துக்கொள் பெண்ணே *

அட பெண்ணே விழித்துகொள்!
மௌனமாய் இருந்தது போதும்!
நீ யார் என்று தெரியட்டும்
இந்த உலகில

ரஞ்சிதாபிரகாஷ்*

நானும் மௌனமானேன்*

உன் மௌனத்தைக்
கலைக்க
உன்னிடம் பாசத்தோடு
போராடினேன்

ஆனால் நீயோ
என் வெறுப்பினைச்
சம்பாதிக்காத
சென்றுவிடு என்றாய்

நானும் மௌனமானேன்
அன்று முதல்.

செ.சித்திரைவடிவு